முந்நூறு இராமாயணங்கள்

ஐந்து உதாரணங்களும் மொழிபெயர்ப்பின் மீது
மூன்று சிந்தனைகளும்

ஏ.கே.ராமானுஜன்

தமிழில்: ந.வினோத் குமார்

மலர் புக்ஸ்

முந்நூறு இராமாயணங்கள்
ஏ.கே.ராமானுஜன்©
தமிழில்: ந.வினோத் குமார்
முதல் பதிப்பு: டிசம்பர் 2021

மலர் புக்ஸ்
வெளியீடு: பரிசல் புத்தக நிலையம்
235, 'P' பிளாக் MMDA காலனி
அரும்பாக்கம், சென்னை – 600 106.
பேச: 9382853646, 8825767500
மின்னஞ்சல்: parisalbooks@gmail.com
அச்சுக்கோப்பு: வி. தனலட்சுமி
அச்சாக்கம்: ரவிராஜா பிரிண்டர்ஸ், சென்னை.
பக்கம்: 86
விலை ரூ: 100

Munnooru Ramayanangal
AK Ramanujan ©
Translated by : N. Vinothkumar
First Edition: December 2021

Published by : Malar Books
Rights to Sell: Parisal Putthaga Nilayam
No. 235, 'P' Block MMDA Colony
Arumbakkam, Chennai - 600 106.
Mobile: 93828 53646, 8825767500
Email: parisalbooks@gmail.com

DTP: V. Dhanalakshmi

Printed at: Raviraja Printers, Chennai.

ISBN: ISBN : 978-93-91949-13-2

Pages: 86

Price Rs. 100

சமர்ப்பணம்

எனது எல்லா இன்னல்களிலும்
துணை நிற்கும்
நண்பர், பத்திரிகையாளர்
இர. இரா. தமிழ்க்கனல்
அவர்களுக்கு...

உள்ளே...

	மொழிபெயர்ப்பாளர் குறிப்பு	5
	முன்னுரை – ராமன் எத்தனை ராமனடி...	6
1.	முந்நூறு இராமாயணங்கள்	27
2.	வால்மீகியும் கம்பனும் இரண்டு அகல்யாக்களும்	33
3.	கம்பனின் அகல்யா	39
4.	சமணத்தில் என்ன சொல்லப்படுகிறது?	47
5.	எழுத்தில் இருந்து வாய்மொழிக் கதைக்கு	51
6.	தென்கிழக்கு ஆசியாவில் இருந்து ஓர் உதாரணம்	56
7.	வகை மாதிரிகளின் வித்தியாசம்	61
8.	மொழிபெயர்ப்பின் மீதான சிந்தனைகள்	70
9.	ராம கதையை நீங்கள் கேட்கும்போது என்ன ஆகிறது?	75
	பின்னிணைப்பு ராமானுஜன் என்றொரு இடைக்கோடு	79

மொழிபெயர்ப்பாளர் குறிப்பு

'எண்ணத்தில் தூய்மை எழுத்தில் நேர்மை - என் கொள்கை
இயற்கை இலக்கியம் - எனக்கான தளங்கள்
நிறைய வாசிப்பு நிறைவான எழுத்து - என் கனவு
ந.வினோத் குமார் என்பவன் இவ்வளவே'

என்று சொல்லும் இந்நூலாசிரியர், ஒரு பத்திரிகையாளர். நீலகிரி மாவட்டத்தைச் சேர்ந்தவர். 'ஆனந்த விகடன்', 'தி நியூ இந்தியன் எக்ஸ்பிரஸ்', 'இந்து தமிழ் திசை' ஆகியவற்றில் பணியாற்றிவிட்டு தற்போது 'புதிய தலைமுறை' குழுமத்திலிருந்து வெளிவரும் 'தி ஃபெடரல்' ஆங்கில இணையதளத்தில் முதன்மைச் செய்தியாளராகப் பணிபுரிகிறார்.

இவர் எழுதிய 'வேட்டைக்கார ஆந்தையின் தரிசனம்' (2017), 'வான் மண் பெண்' (2018) ஆகிய புத்தகங்கள் 'தி இந்து தமிழ் திசை' பதிப்புகளாக வெளிவந்தன. விகடன் வெளியீடுகளாக 'பரீட்சையில் பாஸ்... பாஸ்' (2011), 'யார் கட்டுவது பூனைக்கு மணி' (2011), 'நிச்சய வெற்றி' (2012) ஆகிய மொழிபெயர்ப்பு நூல்கள் வெளிவந்துள்ளன. அணுசக்தி எதிர்ப்புப் போராளி சுப. உதயகுமாரன் எழுதி இவர் தொகுத்த 'அணு ஆட்டம்' (2011) நூல் விகடன் வெியீடாகப் பெரும் வரவேற்பைப் பெற்றது.

இவரது 'வேட்டைக்கார ஆந்தையின் தரிசனம்', 2018-ம் ஆண்டு தமிழ்நூல் வெளியீடு மற்றும் தமிழ்நூல் விற்பனை மேம்பாட்டுக் குழுமம் நடத்திய நான்காவது சென்னை புத்தகத் திருவிழாவில் 'சிறந்த சூழலியல் நூல்' விருது பெற்றது.

தொடர்புக்கு: ijournalistvinoth@gmail.com

முன்னுரை

இராமன் எத்தனை இராமனடி...

'உலகத்துல ஒரே மாதிரி ஏழு பேரு இருப்பாங்க...' என்ற சொலவடை கிராமப்புறங்களில் பிரபலம். அதை ஏற்றுக்கொள்ளக் கூடியவர்களும் இருக்கிறார்கள். மனிதர்கள் இருக்கலாம். ஆனால் மனித உருவில் அவதரித்த இறைவனைப் பற்றிக் கூறும் புராணம் ஒன்று, உலகம் முழுக்க வேறு வேறாக இருக்கிறது என்று சொன்னால், உடனே 'ஜெய் ஸ்ரீராம்' என்று குரல் உயர்த்தி கையில் கத்தியுடன் நம்மை வெட்ட வந்துவிடுவார்கள்.

அதுதான் இந்துத்துவா இந்தியா..!

'இரண்டு இந்தியா'க்கள் என்ற சொற்பதம் ஓரளவு உண்மைதான். 'இந்துக்கள்' வாழ்கிற இந்தியா. 'இந்து மதம் என்பதே இந்துத்துவாதான்' என்று சொல்பவர்களின் கூட்டம் இருக்கும் இந்தியா. அவர்களிடம் போய், 'இந்தியாவில் முப்பது கோடி பேர் இருக்கிறார்கள் என்று சொன்னால், அங்கே முப்பது கோடி இந்தியாக்கள் இருக்கின்றன என்று அர்த்தம்' என நேருவின் கருத்தைச் சொன்னால் எப்படி ஏற்றுக்கொள்வார்கள்?

'முப்பது கோடி இந்தியாக்கள்' என்ற கருத்தையே ஏற்றுக்கொள்ளாதவர்களால், 'முந்நூறுக்கும் மேற்பட்ட இராமாயணங்கள்' இருக்கின்றன என்ற உண்மையை எப்படி ஜீரணித்துக்கொள்ள இயலும்..?

ஆனால் சிலர் கோபப்படுகிறார்களே என்பதற்காக உண்மைகளை ஒளித்து வைக்க முடியுமா? அந்த உண்மையின் வீர்யத்தை சுவீகரித்துக்கொள்ளும் முயற்சிதான் இந்த மொழியாக்கம். ஒருவிதத்தில் இது ஓர் அரசியல் செயல்பாடும் கூட...!

★ ★ ★

கதை கேட்க யாருக்குத்தான் பிடிக்காது. மனித குல வரலாற்றில் 'கதை சொல்லல்', 'கதை கேட்டல்' என்பவை நாகரிகத்தின் தொடர்ச்சி. சொல்லல் முறையும் கேட்டல் முறையும் காலத்துக்கேற்றபடி புதிய வடிவங்களை எடுத்திருக்கலாம். ஆனால் கதைகள் இன்னும் தங்களின் பழமையைத் தக்க வைத்துக்கொண்டேதான் இருக்கின்றன. இன்றும் பாட்டி வடைதான் சுடுகிறாள். காகம்தான் வருகிறது. நரிதான் காகத்தை ஏமாற்றுகிறது. பாட்டிக்குப் பதிலாக சித்தியோ, வடைக்குப் பதிலாக ஜிலேபியோ, காகத்துக்குப் பதிலாக கழுகோ, நரிக்குப் பதிலாகப் புலியோ கதையில் மாறுதல் அடையவில்லை.

அப்படித்தான் இராமாயணக் கதையும். இராமன்தான் சீதையை மணம் முடிக்கிறான். ராமனும் லட்சுமணனும் சீதையும்தான் காட்டுக்குப் போகிறார்கள். இராவணன்தான் சீதையைக் கவர்ந்து செல்கிறான். ராமனால்தான் இராவணன் கொல்லப்படுகிறான். 'ஆதி இராமாயணம்' என்று சொல்லப்படும் வால்மீகி இராமாயணத்தின் அடிப்படை வடிவம் இதுதான்.

வால்மீகி இராமாயணம் என்பது நூல் வடிவம் பெற்ற முதல் இராமாயணக் கதை என்ற அளவில் அதற்கான இடம் என்றும் உண்டு. ஆனால் அது மட்டும்தான் இந்தியப் பண்பாட்டை எடுத்துக்கூறும் ஒரே இராமாயணம் என்று சொல்வது தவறு. காரணம், இந்தியாவின் பல மாநிலங்களில் வேறு வேறு கூறுகளுடன் வித்தியாசமாகச் சொல்லப்படும் இராமாயணக் கதைகள் உண்டு. இன்னும் சொல்லப்போனால், வால்மீகி இராமாயணம்தான் முதன் முதலாகச் சொல்லப்பட்ட ராமாவதாரக் கதை என்று கருதுவதுகூட தவறுதான். ஏனெனில், வால்மீகிக்கு முன்பும் ராமாவதார நிகழ்வு, புராணம் என்பவை வாய்மொழிக் கதைகளாக, தோல் பாவைக் கூத்து நிகழ்வுகளாக, நாட்டுப்புறப் பாடல்களாக, கதா காலட்சேபமாக, நாடகங்களாக எனப் பல வடிவங்களில் கூறப்பட்டு வந்துள்ளன.

தமிழில்: ந.வினோத் குமார்

இன்னொரு பக்கம், இந்தியாவைத் தாண்டி வேறு பல நாடுகளில் இராமாயணக் கதையின் நீக்கும் போக்கும் முற்றிலும் வேறாக இருக்கின்றன. தங்களுடைய மண் சார்ந்த கலாச்சாரம், நம்பிக்கை ஆகியவற்றுக்கு ஏற்றவாறு, பல மாநிலங்களும் பல நாடுகளும் ராமாவதாரக் கதையை அதன் ஆதார ஆன்மா கெடாமல், பாதுகாத்து அடுத்தடுத்த தலைமுறைக்குக் கடத்தி வருகின்றன. இந்தப் பன்மைத்துவம்தான் இராமாயணத்தின் ஆகப் பெரும் பலம்!

ஆனால் இந்தப் பன்மைத்துவம்தான் 'இந்துத்துவா' இந்தியர்களை மிகுந்த அலைக்கழிப்புக்கு உள்ளாக்குகிறது. ஏன்?

காலந்தோறும் இராமாயணம்

கதையும், பாட்டும், கூத்தும் பொழுதுபோக்கின் ஓர் அம்சம். இராமாயணக் கதையைக் கேட்பதும், ராமனின் புகழைப் பாடுவதும், ராம புராணத்தைப் படிப்பதும் கலாச்சார நிகழ்வுகளாகவே பெரும்பாலும் இருந்துவந்துள்ளன. குறைந்தபட்சம் கேரள மாநிலத்திலாவது அப்படியாகத்தான் இருந்து வந்தது. ஆனால் 1982-ம் ஆண்டு ராஷ்ட்ரிய ஸ்வயம்சேவக் சங்கம் (ஆர்.எஸ்.எஸ்) இராமாயணத்தைக் கையிலெடுத்தபோது, அதற்கு மதவாத அரசியல்சாயம் பூசப்பட்டது.

மலையாளிகளின் கடைசி மாதமான 'கர்கிடகம்' மாதத்தில் (ஜூலை 16 முதல் ஆகஸ்ட் 15 வரை), இந்துக்களின் வீடுதோறும் இராமாயணத்தைப் படிப்பது ஒரு சடங்காக இருந்து வருகிறது. இராமாயணத்தை இந்து மதம் சார்ந்த நூலாகப் பார்க்காமல் 'மோட்ச மார்க்கம்' என மலையாளிகள் கருதுகிறார்கள். குடும்ப உறவுகளைப் பற்றிப் பேசுவதால், இராமாயணம் என்பது ஒவ்வொரு மனிதரின் அங்கமாக இருப்பதாக அவர்கள் எண்ணுகிறார்கள்.

இவ்வாறு தொடர்ந்து வந்த ஒரு மரபை, ஆர்.எஸ்.எஸ். அமைப்பும் விஷ்வ ஹிந்து அமைப்பும் கோயில்களில் வைத்து இராமாயணத்தைப் படிப்பது என்ற வழக்கத்துக்கு மாற்றினர். இவ்வாறு கோயில்களோடு இணைத்துப் புராணத்தைப் பார்த்ததால், இராமாயணத்தை நிறுவனமயப்படுத்தும்

முயற்சி தொடங்கியது. இந்த நடவடிக்கைகளுக்குப் பிறகே கர்கிடகம் மாதத்தை 'இராமாயண மாதம்' என்று அழைத்து, 'அந்த மாதத்தில் மட்டும்தான் இராமாயணத்தைப் படிக்க வேண்டும். அதுதான் இந்து நியதி' என்கிற ரீதியில் இராமாயண வாசிப்பு கட்டமைக்கப்பட்டது. பிறகு வந்த ஆண்டுகளில், கேரளத்தில் உள்ள ராம, லட்சுமண, பரத மற்றும் சத்ருக கோயில்களுக்கு ஆன்மிகச் சுற்றுலாவும் அறிமுகமானது. அதுவும் கர்கிடகம் மாதத்தில் இந்த ஆன்மிகச் சுற்றுலா செல்வது இந்துக்களுக்கு மிகவும் புண்ணியம் தரக் கூடியது என்று விளம்பரப்படுத்தப்பட்டது.

இந்தக் கட்டமைப்புகளுக்கும் விளம்பரங்களுக்கும் எதிராக, கேரளத்தில் உள்ள 'சம்ஸ்கிருத சங்கம்' 2018-ம் ஆண்டு ஒரு முயற்சியை மேற்கொண்டது. இராமாயணம் சார்ந்த கருத்தரங்குகள் நடத்தியதுதான் அது. இடதுசாரி அறிவுலக ஆளுமைகளால் நிரம்பிய அந்தச் சங்கம், இப்படி இராமாயணத்தைப் பொதுவெளியில் விவாதித்தது அங்கு பெரும் அதிர்வலைகளை ஏற்படுத்தியது. இதன் மூலம் அங்குள்ள இடதுசாரி அரசியல் கட்சி இந்துக்களின் வாக்குகளைக் கவர முயற்சிக்கிறது என்று இந்துத்துவ அமைப்புகள் வெகுண்டெழுந்தன. ஆனால் அந்த மாநிலத்தின் சி.பி.எம். கட்சித் தலைவர் கொடியேறி பாலகிருஷ்ணன், 'கர்கிடகம் மாதத்தை ஆர்.எஸ்.எஸ். தவறாகப் பயன்படுத்துகிறது. அதற்கு எதிர்வினையாற்றவே சம்ஸ்கிருத சங்கம் இராமாயண வாசிப்பைக் கையில் எடுத்துள்ளது. அதன் மூலம், ஆர்.எஸ்.எஸ். அமைப்பு செய்யும் மதவாதத் தவறுகளை வெளிச்சம் போட்டுக் காட்டுகிறது. மற்றபடி அந்தச் சங்கத்துக்கும் கட்சிக்கும் எந்தத் தொடர்பும் இல்லை' என்று தெரிவித்தார்.

இராமாயணத்துக்கு மதவாத அரசியல் சாயம் பூசும் முயற்சிக்கு எதிராகத் தொடங்கப்பட்ட மிக முக்கியமான நிகழ்வாக இதைக் கருதலாம். இதில் விசேஷம் என்னவெனில், மலையாளிகள் படித்தது, படிப்பது வால்மீகி இராமாயணம் அல்ல. துஞ்சத்து ராமானுஜன் எழுத்தச்சன் என்பவர் எழுதிய 'அத்யாத்ம இராமாயணம்'. கிளி ஒன்று ராமாவதாரக் கதையை சொல்வது போல் இந்த இராமாயணம் இருக்கும்.

★ ★ ★

இராமாயணத்தை இந்து மதத்துடன் மட்டுமே தொடர்புபடுத்தி இயங்கும் அரசியல் சூழலுக்கு எதிராக இந்தியாவின் மற்ற பகுதிகளில் இப்படியான எதிர்வினை நிகழ்ந்திருக்கிறதா என்றால் தெரியவில்லை. நிகழ்ந்திருக்கக்கூடும். ஆனால் ஊடக வெளிச்சம் கிடைக்காமல் போயிருப்பதற்கான சாத்தியங்கள் உண்டு. (இந்த இடத்தில் பெரியாரின் இராமாயண எதிர்ப்பைப் பதிவு செய்தாக வேண்டும். இராமாயணத்துக்கு எதிரான அவரது எதிர்ப்பு என்பது 'மூடநம்பிக்கை,' 'கடவுள் மறுப்பு', என்ற அடிப்படையில் அமைந்திருந்தனவே தவிர, இராமாயணத்தை அரசியல்மயப்படுத்துவதற்கு எதிரானதாக அமைந்திருக்கவில்லை.) அப்படி ஏதேனும் எதிர்வினைகள் என் கவனத்துக்கு வந்திருந்தாலும், கேரளத்தில் நடந்த மேற்கண்ட நிகழ்வையே நான் முக்கியமானதாகக் கருதுவேன். அதற்குக் காரணம் உண்டு. அது 'மாப்ளா இராமாயணம்!'

இன்றைக்கு 'இந்துத்துவா' இந்தியர்களின் முதல் எதிரி இஸ்லாமியர்கள். பௌத்தம், ஜைனம் போன்றவை கூட இந்து மதம் என்கிற கண்ணாடி வழியே பார்க்கப்படுவதால், இஸ்லாமியர்கள்தான் இந்து மதத்தின் முதல் எதிரி. ஆனால் ஆச்சரியமான ஒரு விஷயம், இந்துக்களுக்குச் சொந்தமானது என்று கருதப்படுகிற ராமாவதாரக் கதையைப் பரவலாக முன்னெடுத்துச் சென்றதில் இஸ்லாமியர்களுக்கு மிக முக்கியமானதொரு பங்குண்டு. அவர்கள் ராஜஸ்தான் மாநிலத்தில் 'மங்கானியர்'களாக துளசிதாசர் இராமாயணத்தைப் பாடுகிறார்கள் என்றால், கேரளத்தில் 'மாப்ளா' முஸ்லிம்களாக மாப்ளா இராமாயணத்தைப் போற்றுகிறார்கள். இதே முஸ்லிம்கள்தான் மலேசியாவில் இராமாயணக் கதையை தோல் பாவைக் கூத்தையொத்த 'வயாங் குலிட்' எனும் கூத்து வழியாக மக்களுக்குக் கடத்துகிறார்கள்.

'மாப்ளா இராமாயணம்', கேரளத்தின் எந்தப் பகுதியில், யாரால் தோற்றுவிக்கப்பட்டது என்பது இன்றும் புரியாத புதிர். சிலர் மலபார் பகுதியில், பிராந்தன் ஹசன்குட்டி என்பவரால் நாட்டுப்புறப் பாடல்கள் வடிவத்தில் இந்த இராமாயணம் தோன்றியது என்று சொன்னாலும், நூறு ஆண்டுகளுக்குப் பின்னாலும் ஆதாரப்பூர்வமான வரலாறு இந்த இராமாயணத்துக்கு இல்லை. எனினும், மத ஒற்றுமைக்கு

இந்த இராமாயணம் சான்றாக இருக்கும் என்று கருதிய மலையாள எழுத்தாளர் எம்.என்.கரசேரி, முதன் முதலாக அவற்றை எழுத்தில் ஆவணப்படுத்த ஆரம்பித்தார். இதற்குப் பின்னால் ஒரு சுவாரஸ்யம் உண்டு. நாட்டுப்புறப் பாடல் வடிவத்தில் இருந்த இராமாயணக் கதையை ஹசன்குட்டி யிடமிருந்து 1926-ம் ஆண்டு பாடக் கேட்டார் நாட்டுப்புறப் பாடல் வித்வான் டி.ஹெச். குன்னிராமன் நம்பியார். இப்படி காதால் கேட்டே சுமார் 700 பாடல்களை மனனம் செய்து வைத்திருந்தார் நம்பியார். அவர் மூலமாக 'மாப்ளா லாமாயணத்தை' ('ரா'வுக்குப் பதிலாக 'லா' போட்டுத்தான் மலையாளிகள் உச்சரிக்கிறார்கள்) கரசேரி எழுத்தில் வடித்தார். இது நடந்தது 1976-ம் ஆண்டு.

இந்த முன்னுரையில் குறிப்பிடப்படும் ஆண்டுகளைக் கவனத்தில் கொள்ள வேண்டும். அப்போதுதான் 'பன்மைத்துவ இராமாயணம்' எப்படியெல்லாம் தாக்குதல்களுக்கு உள்ளாகி யிருக்கிறது என்பதைப் புரிந்துகொள்ள முடியும். கேரளத்தில் ஆர்.எஸ்.எஸ். 1982-ல் இராமாயணத்தைக் கையில் எடுப்பதற்கு முன் கரசேரிக்குக் கிடைத்த சுதந்திரம், 82-க்குப் பிறகு இன்னொரு மலையாள எழுத்தாளர் எம்.எம்.பஷீர் இராமாயணத்தைப் பற்றி எழுத வந்தபோது கிடைக்கவில்லை. 2015-ம் ஆண்டு கேரளத்தின் புகழ்மிக்க 'மாத்ருபூமி' நாளிதழ், கர்கிடகம் மாதத்தில் இராமாயணத் தொடர் ஒன்றை எழுத பஷீரைப் பணித்தது. ஆறு பகுதிகளாகத் திட்டமிடப்பட்ட அந்தத் தொடர் ஐந்து பகுதிகளோடு நிறுத்தப்பட்டது. காரணம், ஹனுமன் சேனா என்ற இந்துத்துவ அமைப்பு. இத்தனைக்கும் பஷீர் எழுதியது வால்மீகி இராமாயணத்தில் ராமனைப் போற்றுவது மட்டுமல்லாமல், எவ்வாறு விமர்சிக்கவும் பட்டிருக்கிறான் என்பதைப் பற்றி. ஆனால் ஹனுமன் சேனாவுக்கு அந்தத் தொடரை எழுதுபவர் ஓர் இஸ்லாமியர் என்பது மட்டுமே போதுமான காரணமாக இருந்தது, வெறுப்பை உமிழ்வதற்கு!

பன்மைத்துவ இராமாயணம் - ராமானுஜனுக்கு முன்பும் பின்பும்

கேரளத்தில் இராமாயணம் இந்து மதச் சாயம் பூசப்பட்டு நிறுவனப்படுத்தப்பட்டுக் கொண்டிருந்த வேளையில், 1987-ம் ஆண்டு இந்தியாவின் பிரபலமான வரலாற்றாசிரியர்களில்

ஒருவரான அத்திப்பட் கிருஷ்ணஸ்வாமி ராமானுஜன் எனும் ஏ.கே.ராமானுஜன், 'முந்நூறு இராமாயணங்கள்: ஐந்து உதாரணங்களும் மொழிபெயர்ப்பின் மீது மூன்று சிந்தனைகளும்' என்ற தலைப்பில் கட்டுரை ஒன்றை வெளியிட்டார்.

ஆனால் அந்தக் கட்டுரை அந்த ஆண்டுதான் அவர் மனத்தில் உருக்கொண்டது என்று நினைத்தால் அது தவறு. அந்தக் கட்டுரையின் தொடக்கப் பகுதிகள் 1968-ம் ஆண்டு மாநாடு ஒன்றில் சமர்ப்பிக்கப்பட்டவை. அந்தப் பகுதிகளைச் சற்று விரிவுபடுத்தி 1985-86-ம் ஆண்டுவாக்கில் கருத்தரங்கு ஒன்றில் சமர்ப்பித்தார். இறுதியாக 1987-ல் அந்தக் கட்டுரை, இன்று நாம் வாசிக்கும் வடிவத்தில் முழுமை பெற்ற ஒன்றாக அமைந்தது. பின்னர் அந்தக் கட்டுரை அமெரிக்கப் பேராசிரியர் பவுலா ரிச்மன் என்பவர் 1991-ம் ஆண்டு தொகுத்த 'மெனி இராமாயணாஸ்' (Many Ramayanas) என்ற புத்தகத்தில் முதன்முதலாக இடம்பெற்றது. பின்னரே 1999-ம் ஆண்டு வெளிவந்த ராமானுஜனின் 'தொகுக்கப்பட்ட கட்டுரைகள்' (Collected Essays) என்ற புத்தகத்தில் இடம்பெற்றது.

இந்த இடத்தில், இப்படி ஒரு கட்டுரையை எழுத ராமானுஜனுக்கு எது உந்துதலாக இருந்தது என்பதைப் பற்றி ஆராய வேண்டியிருக்கிறது. 1988-ம் ஆண்டு பெங்களூருவில் உள்ள அகில இந்திய வானொலி நிலையத்தில் கன்னட கவிஞர் ஹெச்.எஸ்.சிவப்பிரகாஷ் என்பவர் ராமானுஜத்துடன் நேர்காணல் ஒன்றை நடத்தினார். அந்தப் பேட்டியில் இந்தக் கட்டுரையை எழுதியதற்கான காரணத்தை அவர் இப்படிக் கூறுகிறார்:

கேள்வி: *பெரும்பாலான இந்தியக் கவித்துவ மரபைப் போலன்றி, உங்களுடைய படைப்புகளில் சமஸ்கிருத கவிதை சார்ந்து எந்தத் தொடர்பையும் காண முடிவதில்லை...*

பதில்: *இதுகுறித்து சமீபமாக நான் எழுதியுள்ள கட்டுரைகளில் விவாதித்திருக்கிறேன். நம்மிடையே ஒரு வழக்கம் இருக்கிறது. நம்முடைய இந்தியத்துவம் என்பது சமஸ்கிருதத்தின் மூலமாக மட்டுமே கண்டறிய முடியும் என்ற தவறான எண்ணம்தான் அது. நம் கலாச்சார மேட்டிமைவாதிகள் இதை வெளிநாட்டவருக்குத் தொடர்ந்து சொல்லி வருகிறார்கள்.*

அவர்கள் அத்வைத்தம் பற்றிப் பேசுகிறார்கள். இராமாயணம் மற்றும் மகாபாரதம் குறித்துப் பேசும்போது அவர்கள் வால்மீகியையும் வியாசரையும் மட்டுமே குறிப்பிடுகிறார்கள். ஆனால் நான் இந்தியக் கலாச்சாரத்தையும், இலக்கியத்தையும், மொழிகளையும் பற்றிப் படிக்கும்போது இது ஒரு பெரிய பொய் என்பது தெரிய வந்தது. இராமாயணத்தின் வேர்கள் வால்மீகியில் இருந்தாலும், அது நாடு முழுக்கப் பரவியிருப்பது நமது மொழிகளின் வழியாகத்தானே தவிர சமஸ்கிருதத்தின் மூலமாக அல்ல. கன்னடத்தில் குமாரவியாசா, பம்பா (இருவரும் மகாபாரதத்தை கன்னட மொழியில் வழங்கியவர்கள்) மற்றும் நாகசந்திரா (கன்னடத்தில் இராமாயணத்தை எழுதியவர்) மூலமாக நடந்தது என்றால், தமிழில் கம்பன் மூலமாக நடந்தது.

கேள்வி: பல மொழிகளில் இராமாயணம் நாட்டுப்புற வடிவத்தில் இருக்கிறது...

பதில்: மட்டுமல்ல... பேச்சுவழக்கு பழமொழிகளில்கூட இராமாயணம் விவரிக்கப்படுகிறது. பல்வேறு மொழிகளில் சுமார் 300 வகையான இராமாயணம் வழங்கப்பட்டு வருகிறது. அந்த 'சிறு மரபுகள்' தெரிந்திருக்கவில்லை என்றால் நம்மால் 'பெரிய மரபுகள்' எது என்பதை அறிந்துகொள்ள முடியாது. அந்த 'சிறு மரபுகள்' மூலமாகத்தான் இராமாயணம் இவ்வளவு தூரம் பரவியிருக்கிறது. இதன் காரணமாக நமது இந்தியக் கலாச்சாரங்களுக்கு இடையே தொடர் உரையாடல் நிகழ்ந்துகொண்டேயிருக்கிறது. பல மரபுகள் ஒன்றுக்கொன்று மோதின, முரண்பட்டன, ஒன்றை ஒன்று தலைகீழாகத் தூக்கிப் போடவும் செய்தன. ஆக இந்தியக் கலாச்சாரம் என்பது சமஸ்கிருதத்தில் மட்டும் காணப்படும் ஒன்றல்ல. அது கன்னடத்திலோ அல்லது தமிழில் மட்டுமோ காணப்படுவதும் அல்ல. இந்தியக் கலாச்சாரம் என்பது பல மொழிகளிலும் உண்டு. உதாரணத்துக்கு பக்தி இயக்கத்தை எடுத்துக்கொள்ளுங்கள். சமஸ்கிருதமும் கன்னடமும் நேருக்கு நேர் வந்தபோதுதான் பக்தி இயக்கம் என்ற சிந்தனை பிறந்தது. தமிழிலும் அப்படியேதான் பக்தி இயக்கம் பிறந்தது..."

★ ★ ★

இப்படி பலவித இராமாயணங்கள் குறித்து ராமானுஜன்தான் முதன்முதலாக ஆய்வு மேற்கொண்டார் என்று சொல்வதற்கில்லை. காரணம், 1928–ம் ஆண்டே இப்படி

ஒரு முயற்சி நடந்திருக்கிறது. அதுவும் தமிழ் மண்ணில். அந்தத் தகவல் தந்தை பெரியார் மூலமாக நமக்குக் கிடைக்கிறது. அதுகுறித்து 1929-ம் ஆண்டு மார்ச் 3-ம் தேதி 'குடி அரசு' இதழில் 'இராமனுக்கு பல பெண்டாட்டிகள்' என்ற தலைப்பில் கட்டுரை ஒன்றைத் தீட்டியுள்ளார் பெரியார். அந்தக் கட்டுரையின் முதல் பத்தியே இப்படி இருக்கிறது:

"இராமாயணம் என்பது சூரியகுல அரசர்களின் சரித்திரங்களில் ஒன்று என்று பொதுவாகச் சொல்லப்பட்டாலும், இராமாயணம் என்னும் பெயரால் பல நூற்றுக்கணக்கான இராமாயணங்கள் இருந்ததாகவும், நூறு கோடிக்கணக்கான சுலோகங்கள் இருந்ததாகவும், அவைகள் காலப் போக்கில் பல தெய்வீகக் காரணங்களால் மறைந்து போய்விட்டனவென்றும், ஆனாலும் இப்போது 24 விதமான இராமாயணங்கள் இருப்பதாகவும், அவற்றை திரு.கோவிந்ததாஸ் அவர்கள் வட இந்தியாவிலுள்ள ஒரு மடத்தில் தாமே நேரில் பார்த்ததாகவும் தான் எழுதிய 'இந்துமதம்' என்ற புத்தகத்தில் எழுதியிருக்கின்றார். அதை அனுசரித்தே சென்னை மைலாப்பூர் இராமாயண விலாசம் என்னும் கிருகத்தில் உள்ள இராமாயணப் பிரசுரகர்த்தாவாகிய திரு.சி.ஆர்.சீனிவாசய்யங்கார் பி.ஏ., என்பவரால் எழுதப்பட்டு 1928-ம் வருஷத்தில் அச்சிட்டு வெளிப்படுத்தியிருக்கும் 'இதர இராமாயணங்கள்' என்னும் புஸ்தகத்தில் மேல்கண்ட விஷயங்கள் விளக்கப்பட்டு முதல் தடவையாக நான்கு இராமாயணங்கள் அதில் விவரிக்கப்பட்டு வெளியிடப்பட்டிருக்கின்றன. (அப்புஸ்தகத்தின் விலை ரூ.1) அவையாவன:- ஜைன இராமாயணம், பவுத்த இராமாயணம், யவன இராமாயணம், கிறைஸ்த இராமாயணம் என்பவைகளாகும்."

பெரியார் தனது கட்டுரையில், யவன இராமாயணத்தையும், கிறைஸ்த இராமாயணத்தையும் விவாதிக்க விரும்பவில்லை. காரணம், அவை வால்மீகி இராமாயணத்தை ஒத்திருந்தாலும் பெயர்கள் மற்றும் சில்லறை விஷயங்கள் அந்தந்த மொழிக்கேற்ப பெரிதும் மாறுபட்டிருப்பதால் அவற்றை விவாதத்துக்கு எடுத்துக்கொள்ளவில்லை. ஆனால் ஜைன இராமாயணம், பவுத்த இராமாயணம் ஆகியவற்றில் பெயர்கள் பெரிதும் வால்மீகி இராமாயணத்தை ஒத்துப்போகின்றன. சில சில்லறை

விஷயங்கள் மட்டும் மாறுபட்டிருக்கின்றன. எனவே அந்த இராமாயணங்களை ஆழமாக ஆராய்கிறார் பெரியார்.

அவற்றில் ஜைன இராமாயணம் ராமனுக்கு சீதையுடன் சேர்த்து நான்கு மனைவிகள் என்று சொல்கிறது. பவுத்த இராமாயணமோ இன்னும் ஒருபடி மேலே போய் ராமனுக்கு சீதை தங்கை என்றும், அவளை ராமனே மணந்தான் என்றும் சொல்கிறது.

நான் முன்பே குறிப்பிட்டது போல பலவித இராமாயணங்களில் இராமன்தான் சீதையை மணம் முடிக்கிறான் என்ற அடிப்படைக் கூறு ஒன்றுபோலவே இருந்தாலும், ராமனின் பத்தினித்தன்மையையும், இராமன், சீதை மற்றும் இதர கதாபாத்திரங்களுக்கு இடையேயான உறவு முறைகளையும் பல இராமாயணங்கள் கேள்விக்கு உட்படுத்துகின்றன.

ராமானுஜன் 'முந்நூறு இராமாயணங்கள்' கட்டுரை எழுதுவதற்கு முன்பு இப்படி ஒரு அலசல் நிகழ்ந்தது என்றால், ராமானுஜன் அந்தக் கட்டுரையை எழுதிய பிறகு 1991-ல் பவுலா ரிச்மன் தொகுத்த புத்தகம் இந்தியா மற்றும் பிற நாடுகளில் வழங்கப்பட்டு வரும் இராமாயணங்களை நமக்கு அறிமுகப்படுத்துகிறது. ரிச்மனின் அறிமுகக் கட்டுரை நீங்கலாக மொத்தம் 11 கட்டுரைகள் அந்தத் தொகுப்பில் உண்டு. அதில் முதல் கட்டுரையே ராமானுஜனுடையதுதான்.

அந்தப் புத்தகம் வெளியாகி சுமார் 10 ஆண்டுகள் கழித்து சென்னைப் பல்கலைக்கழகத் தமிழ்த்துறையின் முன்னாள் பேராசிரியர் அ.அ.மணவாளன் 'இராம காதையும் இராமாயணங்களும்' என்ற தலைப்பில் மிக விரிவானதொரு ஆய்வை இந்திய ஒப்பிலக்கியத் திட்டத்தின் கீழ் 2002 – 2003-ம் ஆண்டில் மேற்கொண்டார். இதற்கான நிதிநல்கையை டெல்லியில் உள்ள கே.கே.பிர்லா அறக்கட்டளை வழங்கியது. அந்த ஆய்வு 2005-ம் ஆண்டு சென்னை தென்னக ஆய்வு மையத்தால் புத்தகமாகவும் பதிப்பிக்கப்பட்டது. இந்தப் புத்தகத்துக்கு 2011-ம் ஆண்டின் 'சரஸ்வதி சம்மான்' விருது வழங்கப்பட்டது.

இன்று பன்மைத்துவ இராமாயணம் குறித்து ஆங்கிலத்தில் ஆராய்வதற்கு ரிச்மனின் புத்தகம் அடிப்படையாக

இருக்கிறதென்றால், தமிழில் அத்தகையதொரு ஆய்வை யார் மேற்கொண்டாலும் அவருக்கு மணவாளனின் புத்தகம் அடித்தளமாக இருக்கும் என்பதில் ஐயமில்லை. இந்த இரண்டு புத்தகங்கள் சொல்லும் விஷயங்களை இனி காண்போம்.

இராமாயணம் - மூலமும் தழுவலும்

பவுலா ரிச்மன் தொகுத்த புத்தகத்தில் உள்ள ராமானுஜனின் 'முந்நூறு இராமாயணங்கள்' எனும் முதல் கட்டுரையின் மொழிபெயர்ப்பைத்தான் இனி வரும் பக்கங்களில் நீங்கள் படிக்கப் போகிறீர்கள். எனவே அந்தக் கட்டுரையைத் தவிர்த்து இதர உள்ள 10 கட்டுரைகளை எடுத்துக்கொண்டு ஆராய்ந்தால் அதில் மூன்று கட்டுரைகள் மிக முக்கியமானவையாகத் தோன்றும். தான் பெண் என்பதாலோ என்னவோ ரிச்மன் தனது தொகுப்பில் பெண்ணியப் பார்வையில் எழுதப்பட்டிருக்கும் இராமாயணக் கட்டுரைகளைச் சேர்த்திருக்கிறார். அவற்றில் முதல் இரண்டு கட்டுரைகள் சூர்ப்பனகை மற்றும் சீதை ஆகியோரைப் பற்றிப் பேச, மூன்றாவது கட்டுரையோ தெலுங்கு மொழியில் பெண்கள் எவ்வாறு இராமாயணத்தைப் பார்த்திருக்கிறார்கள் என்பது குறித்து ஆராய்கிறது.

மூன்று கட்டுரைகளில் முதல் கட்டுரை ராவணனின் தங்கையான சூர்ப்பனகை மூளியாக்கப்பட்டது குறித்துப் பேசுகிறது. அதை எழுதியவர் கேத்லீன் எம்.எண்டல் (Kathleen M Erndl). அந்தக் கட்டுரையின் சாராம்சம் இதுதான்: இராமன் தன் மனைவியோடும் தம்பியோடும் வனவாசம் வந்திருக்கும் சமயத்தில், அந்தக் காட்டுப் பகுதியில் உலாவிக் கொண்டிருந்த சூர்ப்பனகை ராமனின் அழகில் மயங்கி அவன்பால் காமவயப்படுகிறாள். அரக்கியான அவள், உடனே தனது மாய சக்தியால் அழகிய பெண் ஒருத்தியின் உருக்கொண்டு, ராமனை நெருங்கி தனது ஆசையைத் தெரிவிக்கிறாள். அதற்கு ராமன், தான் திருமணமானவன் ஆதலால் வேறு பெண்ணை ஏறெடுத்துப் பார்க்க முடியாது. எனவே தனது தம்பியிடம் செல்லுமாறு கூறுகிறான். அதைக் கேட்ட சூர்ப்பனகை உடனே லட்சுமணனிடம் வந்து தனது ஆசையைத் தெரிவிக்கிறாள். அதற்கு அவன், தான் ராமனின் அடிமை என்பதால் அவளுடைய ஆசையைப் பூர்த்தி செய்ய இயலாது என்றும்,

எனவே மீண்டும் ராமனிடமே சென்று அவனுடைய இளைய மனைவியாக ஏற்றுக்கொள்ளும்படி மன்றாடுவாயாக என்றும் பதிலுரைக்கிறான்.

ராமனும் லட்சுமணனும் இப்படி மாறி மாறித் தன்னை கேலி செய்கிறார்கள் என்பதை ஒரு கட்டத்தில் உணர்ந்த சூர்ப்பனகை, 'ராமா..! சீதை இருப்பதால்தானே என்னை நிராகரிக்கிறாய். இதோ இப்போதே அவளைக் கொல்கிறேன்' என்று கூறி, சீதையைக் கொல்ல முன்னேறும்போது, அங்கிருந்த லட்சுமணன், அவளது மூக்கை அறுத்து மூளியாக்குகிறான். இதே நிகழ்வு வேறு சில இராமாயணங்களில் தோன்றும்போது சூர்ப்பனகையின் மூக்கு, முலை, கைகள் போன்ற பல உறுப்புகளை அறுத்து அவளை மூளியாக்கினான் லட்சுமணன் என்று சொல்கின்றன.

மூளியாக்கப்பட்ட சூர்ப்பனகை உடனே தனது சகோதரர்கள் கர, தூடணன் ஆகியோரிடம் வந்து விஷயத்தைச் சொல்கிறாள். இதனால் கோபமடைந்து ராம லட்சுமணன் மீது போர்த் தொடுத்த அவர்கள் மரணமுற்றார்கள். பிறகு தனது அண்ணன் ராவணனை நோக்கிச் செல்கிறாள் சூர்ப்பனகை.

பெண்ணியப் பார்வையிலிருந்து பார்க்கும்போது ஒரு பெண்ணை இப்படி இரண்டு ஆண்கள் கேலிக்கு உள்ளாக்குவது நியாயமா, பெண்களின் பாதுகாவலன் என்று சொல்லப்படுகிற அவதாரப் புருஷனான ராமனுக்கு இது தகுமா என்ற கேள்விதான் இந்தக் கட்டுரையின் அடிநாதம். இந்தக் கட்டுரையை எழுத வால்மீகி இராமாயணம், கம்ப இராமாயணம், அத்யாத்ம இராமாயணம், ராம் சரித மானஸ் மற்றும் ராதேஷ்யாம் இராமாயணம் ஆகிய இராமாயண வகைமாதிரிகளை அடித்தளமாக்கிக் கொண்டுள்ளார் கட்டுரையாளர்.

இரண்டாவது கட்டுரையை எழுதியிருப்பவர் இந்தியவியலாளர் டேவிட் ஷுல்மன். சீதையின் அக்கினிப் பிரவேசம் கம்ப இராமாயணத்தில் எப்படி எடுத்தாளப்பட்டுள்ளது என்ற நோக்கில் இந்தக் கட்டுரை அமைந்துள்ளது. ராவணனைக் கொன்றுவிட்டு ராமன் அசோக வனத்துக்கு வரும்போது, அவனைக் காண குளித்து முடித்து ஒளிபொருந்திய முகத்துடன் சீதை காத்திருக்கிறாள்.

அங்கு வரும் ராமனோ அவளைப் பார்த்து 'என்ன... சீவி சிங்காரிச்சி மினிக்கிகிட்டு நிக்கிறே' என்கிற ரீதியில் அவளைப் பார்த்து கோபத்துடன் கேள்விகளைக் கேட்கிறான். சீதை என்னவோ இதுகாறும் அசோக வனத்தில் ராவணனின் தயவில் சுகபோகங்களை அனுபவித்துக்கொண்டிருந்தது போலவும், தற்போது தான் வந்தவுடன் சோகத்தில் ஆழ்ந்தது போல நாடகமாடுகிறாள் என்றும் ராமன் நினைத்தான். இந்நேரம் அவள் இறந்திருக்க வேண்டுமல்லவா என்று கருதுகிறான் ராமன். அவனது எதிர்பார்ப்பைப் பூர்த்தி செய்யும்படிக்கு சீதை அக்கினிப் பிரவேசம் செய்கிறாள்.

ராமனின் இந்த விசாரணை எவ்வளவு தூரம் சரி அல்லது எவ்வளவு தூரம் தவறு, ராமன் ஏன் அவ்வாறு நடந்துகொண்டான் என்பது குறித்து அலசுகிறது இந்தக் கட்டுரை.

மூன்றாவது கட்டுரையான தெலுங்கு மொழியில் பெண்களின் வாய்மொழி இராமாயணக் கதை மரபு குறித்து எழுதியிருப்பவர் பிரபல தெலுங்கு எழுத்தாளர் வேல்செரு நாராயண ராவ். ஆந்திரா மற்றும் தெலங்கானா மாநிலங்களில் பிராமண ஆண்கள் வால்மீகி இராமாயணத்தை விதந்தோத, பிராமணப் பெண்களுக்கோ வால்மீகி இராமாயணம் மற்றுமொரு இராமாயணம் மட்டும்தான். அவர்கள் பாடும் பாடல்கள் பெரும்பாலும் பிரசவ வலி, குழந்தைப் பேறு, கணவனின் அன்பு, புகுந்த வீட்டில் காட்டப்படும் வரவேற்பு, திருமண வைபவத்தின் போது மணமக்கள் விளையாடும் விளையாட்டுகள் போன்றவை குறித்தே இருக்கும். பிராமணரல்லாத பெண்கள் பாடும் பாட்டுக்களோ வனத்தில் சீதை படும் துயரம், ராவணனால் சீதை கவரப்படுதல், ராவணனை ராமன் அழித்தல், லவ – குசன் உடனான ராமனின் போர் ஆகியவற்றைக் குறித்திருக்கும். இந்த இரண்டு வகையினரின் பாடல்களில் தென்படும் சுவாரஸ்யமான விஷயம், ராமன் நிராகரிக்கப்பட்டு ராவணனை மையப்படுத்தி இருப்பதுதான். அயோத்தியைவிடவும் இலங்கையையே அதிகம் பாடல்கள் சுற்றி வருகின்றன.

★ ★ ★

மணவாளன் தனது ஆய்வுக்கான இராமாயண நூல்களை இப்படியாகப் பிரிக்கிறார்:

முதல் நூல் ===> வழி நூல் ===> சார்பு நூல்

அதாவது வால்மீகி இராமாயணத்தை முதல் நூலாகக் கொண்டால், அதைத் தழுவி வருகிற கம்ப இராமாயணம் போன்ற நூல்களை வழி நூல் என்றும், இந்த வழி நூல்களால் முதல் நூலில் ஏற்பட்ட எதிர்த் தாக்கம், அதன் காரணமாக ஏற்பட்ட இடைச்செருகல்கள், அவற்றின் காரணமாகத் தோன்றிய நூல்களை சார்பு நூல்கள் எனவும் புரிந்துகொள்ளலாம். இவ்வாறு ஆதி இராமாயணமான வால்மீகி இராமாயணத்துடன் வேறு பல இராமாயண நூல்களை ஒப்பிட்டு நோக்குமிடத்தில், பல இடங்களில் கம்ப இராமாயணத்தை உயர்த்திக் காட்டுகிறார் மணவாளன். அதற்குக் காரணமில்லாமல் இல்லை. சிலவற்றைப் பார்ப்போம்.

வால்மீகி இராமாயணம் ராமனை வெறும் மனிதனாக மட்டுமே காட்ட, கம்ப இராமாயணம் ராமனை திருமாலின் அவதாரமாகச் சித்தரிக்கிறது. கம்ப இராமாயணம் மட்டுமே வால்மீகியை 'தெய்வமாக்கவி' என்று புகழ்ந்து கூறுகிறது. அப்படிக் கூறுவதற்கு என்ன காரணமென்று தெரியவில்லை. சமஸ்கிருதம் தவிர்த்த ஏனைய இந்திய மொழிகளில் இராம காதையை முதலில் படைத்துக் கூறுவது கம்ப இராமாயணம்தான்.

கம்ப இராமாயணத்தின் காலம் கி.பி.10-ம் நூற்றாண்டு. அதாவது, தமிழில் பக்தி இயக்கத்தை அடுத்துத் தோன்றிய காப்பியம் இது. எனவே சங்கத் தொகை நூல்கள், பதினெண் கீழ்க்கணக்கு நூல்கள், சிலப்பதிகாரம், மணிமேகலை, சீவக சிந்தாமணி, தேவாரப் பாடல்கள், ஆழ்வார் பாடல்கள் போன்ற பல நூல்களை அடிப்படையாக வைத்தும் கம்பன் சில விஷயங்களை இராமாயணத்தில் சேர்த்துள்ளான். கம்ப இராமாயணத்தில் பொதுவுடைமைக் கோட்பாட்டாளர்களும் வியந்து போற்றும் அளவுக்கு 'இல்லாரே இல்லாத, கல்லாரே இல்லாத, மக்களின் மனவளமே ஒரு நாட்டின் உயிர்நாடியாக இருக்க வேண்டும்' என்று நாட்டு, நகர வருணனைப் பாடல்களில் பாடுகிறான் கம்பன்.

கம்ப இராமாயணம் பால காண்டம், அயோத்தியா காண்டம், ஆரணிய காண்டம், கிட்கிந்தா காண்டம், சுந்தர காண்டம், யுத்த காண்டம் எனும் ஆறு காண்டங்களைக் கொண்டது. வால்மீகி இராமாயணத்தில் தென்படும் உத்தர காண்டம் கம்ப இராமாயணத்தில் இல்லை.

கம்ப இராமாயணம்தான் இந்திரனுக்கு ஆயிரம் குறிகள் தோன்றுமாறு சபிக்கப்பட்ட செய்தியை முதன்முதலாகக் கூறுகிறது. மானைப் பிடிக்கச் சென்ற ராமனின் அபயக் குரலைக் கேட்டு லட்சுமணனை ராமனின் பாதுகாப்புக்குப் போகச் சொல்கிறாள் சீதை. அப்போது பல லட்சுமணன்கள் சீதையை தெய்வத்தின் பாதுகாப்பில் விட்டுச் செல்ல, கம்ப இராமாயணத்தில் மட்டும் 'அறம் தன்னைத் தானே காப்பாற்றிக் கொள்ளும்' என்று சீதையை அறத்திடம் விட்டுச் செல்கிறான் லட்சுமணன். சீதையைத் தனியாக விட்டுவிட்டு வந்ததற்காக இதர ராமன்கள் லட்சுமணனைக் கடிந்துகொள்ள, கம்பனின் ராமன் மட்டும் தன்னைத் தானே நொந்து கொள்கிறான்.

மணவாளன் வேறு சில உண்மைகளையும் எடுத்துரைக்கிறார். அதில் முதலாவது, வேத காலத்தில் இராமாயணம் இயற்றப்பட்டிருந்தது என்பதற்கோ அல்லது இராம காதை தொடர்பான பாடல்களோ, கதைகளோ வழங்கி வந்தன என்பதற்கோ வேதகால இலக்கியங்களில் எத்தகைய சான்றுகளும் காணப்பெறவில்லை. இரண்டாவது, முகலாயப் பேரரசர் அக்பர் இஸ்லாமியர்களுக்கும் இந்துக்களுக்கும் இடையே நட்புணர்வை ஏற்படுத்தும் வகையில், இராமாயணத்தையும் மகாபாரதத்தையும் பாரசீக மொழியில் மொழிபெயர்க்கச் செய்தார். மூன்றாவது, 'வடமொழி இராமாயணம் படிப்பது செவிடன் காதில் சங்கு ஊதியது போலவும், செவிடும் ஊமையும் தம்முள் உரையாடிக் கொள்வது போலவும் இருக்கும்' என்பதால் தெலுங்கில் இராமாயணத்தைப் படைத்ததாக அம்மொழியின் முதல் பெண் காப்பியக் கவிஞர் ஆதுகூரி மொல்ல (Atukuri Molla) கூறுகிறார்.

வால்மீகி இராமாயணத்தில் எத்தகைய வாழ்த்துப் பாடலும் காணப்படவில்லை. வால்மீகி இராமாயணத்தையொட்டிய வடபுல வழக்கு இராமாயண நூல்களில் தசரதன் மகன்களின்

பிறப்பு மட்டுமே குறிப்பிடப்பட்டுள்ளது. ஆனால் தென்புல வழக்கு இராமாயண நூல்களில்தான் அவர்கள் பிறந்தபோது இருந்த கிரக நிலைகளும் சுட்டிக் காட்டப்பட்டுள்ளன.

தமிழில் வழங்கப்பெறும் 'விடிய விடிய இராமாயணம் கேட்டு, சீதைக்கு ராமன் சித்தப்பன் என்றானாம்' என்கிற சொலவடை காஷ்மீரி இராமாயணத்தை அடிப்படையாகக் கொண்டு உருவாகிய ஒன்று. 'உதார் ராகவம்' எனும் இராமாயணத்தில்தான் 'இது வரை நான் அறிந்த எந்த இராமாயணத்திலும், இராமனுடன் காடு செல்லாத சீதையைப் பற்றிக் கேள்விப்பட்டதே இல்லை' என்று சீதை கூறுவதாகச் சொல்லி உலகில் பலவிதமான இராமாயணங்கள் இருப்பதை உறுதிப்படுத்துகிறது.

'புசுண்டி இராமாயணம்' சீதையை மான் மாமிசம் சாப்பிடும் விருப்பமுள்ளவளாகக் காட்டுகிறது. அதே இராமாயணத்தில்தான் சீதையிடம் 'இந்தக் கோட்டைத் தாண்டி வரவேண்டாம்' என்று எச்சரித்துவிட்டு ராமனைத் தேடிப் போகிறான் லட்சுமணன். இதர இராமாயணங்களில் சீதையைச் சுற்றி வட்டமும், மந்திர வளையத்தையும் உருவாக்கிவிட்டுப் போகிறான் லட்சுமணன். வால்மீகி ராமனைத் தவிர வேறு எந்த ராமனும் 'மானின் தோலைக் கொண்டு வா' என்ற சீதையின் ஆசையை நிறைவேற்றவில்லை.

பொதுவாக நால் வர்ண அமைப்பு பிரம்மனிடமிருந்து தோன்றியதாக நம்பப்படுகிறது. ஆனால் வால்மீகி இராமாயணத்தில் கசியப்ப முனிவரின் மனைவி மனு என்பவளின் முகத்திலிருந்து பிராமணர்களும், முலைகளிலிருந்து சத்திரியர்களும், தொடைகளிலிருந்து வைசியர்களும், பாதங்களிலிருந்து சூத்திரர்களும் பிறந்தனர் என்று வேதங்கள் கூறுவதாகச் சொல்கிறது. இதே வால்மீகி இராமாயணம்தான் ராவணனை கருத்த நிறமுடையவன் என்று சொல்கிறது. இத்தகைய வர்ணிப்பு இதர இராமாயணங்களில் காணப்படவில்லை.

'ஒரு சமூகத்தில் எந்தக் குழு பெரும்பான்மையாக இருக்கிறதோ, அந்தக் குழுவுக்கு ஆதரவாகவே அரசு நடந்துகொள்ளும். தூர்தர்ஷனில் ஒளிப்பரப்பாகும் இராமாயணம் மத்திய வர்க்கத்தின் எதிர்பார்ப்புகளையே பிரதிபலிக்கிறது' என்றார் வரலாற்றாசிரியர் ரொமிலா தாப்பர்.

தமிழில்: ந.வினோத் குமார்

தூர்தர்ஷன் இராமாயணம் நாட்டிலுள்ள இதர இராமாயணப் பன்மைத்துவத்தைக் காலி செய்துவிடும் என்று நம்பினார் தாப்பர். இவ்வாறு இராமாயணத்தை ஒருபடித்தான ஒன்றாக மாற்றுவது நமது கலாச்சாரத்துக்குப் பெரும் இழப்பை ஏற்படுத்தும் என்றார்.

இவற்றையெல்லாம், இன்று 'ஒரே தேசம், ஒரே இராமாயணம்' என்ற முயற்சியில் இறங்கியிருக்கிற 'இந்துத்துவா' இந்தியர்களால் புரிந்துகொள்ள முடியுமா? எனில், ராமானுஜனின் கட்டுரையை இவர்கள் எதிர்த்ததில் ஆச்சரியமென்ன?

கட்டுரையும் கல்விப்புலத் தணிக்கையும்

மேற்கண்ட அலசல்கள் மூலம் நாம் அறிய வருவது, இராமாயணத்தை அரசியல்மயப்படுத்தும் தொடர்ச்சிதான் ராமானுஜனின் 'முந்நூறு இராமாயணங்கள்' கட்டுரை நீக்கப்பட்டதும். அந்தக் கட்டுரை 2011-ம் ஆண்டு டெல்லி பல்கலைக்கழகத்தால் பாடத்திட்டத்திலிருந்து நீக்கப்பட்டது ஏதோ தனியான நிகழ்வு அல்ல. இராமாயணத்தை ஒருபடித்தானதாக்கும் முயற்சியில் அடுத்தகட்ட நகர்வு. அவ்வளவே!

இன்னொரு முக்கியமான விஷயத்தையும் நாம் தெரிந்துகொள்ள வேண்டும். ராமானுஜனின் கட்டுரை 2011-ம் ஆண்டில் நீக்கப்பட்டாலும், அந்தக் கட்டுரையை நீக்குவதற்கான முயற்சிகள் 2005-ம் ஆண்டிலிருந்தே தொடங்கியிருக்கின்றன. 2006–2012-ம் ஆண்டுக்கான பாடத்திட்டத்தில் இந்தக் கட்டுரை இடம்பெற வேண்டும் என்று பல்கலைக்கழகப் பேராசிரியர்கள் முடிவு செய்கிறார்கள். அப்போதிலிருந்து ஆர்.எஸ்.எஸ். அமைப்பின் மாணவர் பிரிவான 'அகில பாரதி வித்யார்த்தி பரிஷத்' (ஏ.பி.வி.பி), அந்தக் கட்டுரைக்கு எதிர்ப்புத் தெரிவித்து வந்தது. 2008-ம் ஆண்டு பிப்ரவரி 25-ம் தேதி, ஏ.பி.வி.பி., பல்கலைக்கழக வளாகத்தில் வன்முறையை நிகழ்த்தியது. அந்தப் பல்கலைக்கழகத்தின் வரலாற்றுத்துறைத் தலைவர் எஸ்.இசட்.ஹெச்.ஜாஃப்ரி கடுமையாகத் தாக்கப்பட்டார்.

தொடர்ந்து சங் பரிவார் செயற்பாட்டாளர் ஒருவர் சண்டிகரில் உள்ள கீழமை நீதிமன்றம் ஒன்றில் இந்தக் கட்டுரை அடங்கிய புத்தகத்தை வெளியிட்ட ஆக்ஸ்ஃபோர்ட் யூனிவர்சிட்டி

பிரஸ் பதிப்பகத்தின் இந்தியக் கிளை அலுவலகத்துக்கு எதிராக வழக்கு ஒன்றைத் தொடுத்தார். கருத்துச் சுதந்திரம் தொடர்பான இந்த வழக்கை உயர் நீதிமன்றமோ அல்லது உச்ச நீதிமன்றமோதான் விசாரிக்க முடியும் என்ற நிலையில், தனக்கு அதிகாரமில்லாதபோதும் அந்தக் கீழமை நீதிமன்றத்தின் நீதிபதி அந்த வழக்கை விசாரித்து அந்தக் கட்டுரையை வெளியிட்டதற்காக அந்தப் பதிப்பகம் மன்னிப்புக் கோருவது மட்டுமல்லாமல், அந்தக் கட்டுரையை நீக்கவும் வேண்டும் என்று உத்தரவிட்டார்.

இதற்கிடையில், ஜாஃப்ரி மீது தாக்குதல் நடத்தப்பட்ட சில வாரங்கள் கழித்து ராமானுஜனின் கட்டுரையைத் தொடரலாமா வேண்டாமா என்பது குறித்து ஆராய மார்ச் மாதத்தில் நிபுணர் குழு ஒன்றை பல்கலைக்கழக நிர்வாகம் ஏற்படுத்தியது. அதற்கு இரண்டு மாதங்கள் கழித்து ஆர்.எஸ்.எஸ். 'சீக்ஷா பச்சாவ் அந்தோலன் சமிதி' என்ற அமைப்பை உருவாக்கி, பல்கலைக்கழகம் இந்தக் கட்டுரையைத் தொடரக் கூடாது என்று சொல்லி டெல்லி உயர் நீதிமன்றத்தில் வழக்கு ஒன்றைத் தொடுத்தது. அதை விசாரித்த நீதிமன்றம், டெல்லி பல்கலைக்கழகம் ஒரு தன்னாட்சி அமைப்பு என்பதால் தங்களால் எந்த இடையீடும் செய்ய முடியாது என்று சொன்னது. பிறகு இந்த வழக்கு உச்ச நீதிமன்றத்துக்குப் போக, மனுதாரர்களின் கருத்துகளை கணக்கில் கொள்ள வேண்டும் என்று பல்கலைக்கழகத்துக்கு வழிகாட்டுதல்களை வழங்கியது நீதிமன்றம்.

இன்னொரு பக்கம், செப்டம்பர் 2011-ம் ஆண்டு, பல்கலைக்கழக நிபுணர் குழு, இந்தக் கட்டுரை தொடரலாம் என்று சொன்னது. ஆனால் நான்கில் ஒருவர் இந்தக் கட்டுரை தொடரக் கூடாது என்று வாக்களித்திருந்தார். அதற்கு அவர் சொன்ன வாதம், 'ராமானுஜனின் கட்டுரையை மாணவர்களுக்கு விளக்கிச் சொல்வது மிகவும் கடினமான காரியம். ஏனென்றால், சில இராமாயணங்களில் ராமன், சீதை போன்ற தெய்வாம்சம் பொருந்திய கதாபாத்திரங்கள் ஆட்சேபத்துக்கு உரிய வகையில் சித்தரிக்கப்பட்டுள்ளன. அதை மாணவர்களால் பொறுத்துக்கொள்ள முடியுமா என்பது தெரியவில்லை. அத்தகைய சூழலைச் சமாளிப்பதற்குப் பல்கலைக்கழகப்

பேராசிரியர்கள் தயாராக இருப்பார்களா? இந்து மதம் சாராத பேராசிரியர்கள் இராமாயணத்தை ராமானுஜனின் கட்டுரையை வைத்துக்கொண்டு விளக்குவதற்குப் பதிலாக, இந்து மதம் சார்ந்த பேராசிரியர்கள் மட்டுமே இந்தக் காப்பியத்தைச் சரியான முறையில் எடுத்துச் சொல்ல முடியும்' என்றார். அந்த நபர் வேறு யாருமல்ல, பல்கலைக்கழகத் துணை வேந்தர் தினேஷ் சிங் என்பது பின்னாளில் தெரியவந்தது.

இதைத் தொடர்ந்து அக்டோபர் 2011-ம் ஆண்டு பல்கலைக்கழகக் கல்விக் குழு இந்தக் கட்டுரையின் மீது வாக்கெடுப்பு ஒன்றை நடத்தியது. மொத்தம் 173 பேர் உள்ள அந்தக் குழுவில் 111 பேர் கட்டுரைக்கு எதிராகவும் 9 பேர் ஆதரவாகவும், இதர உறுப்பினர்கள் வாக்களிக்காமலும் இருந்தனர். இந்த வாக்கெடுப்பு முறையாக நடத்தப்படவில்லை என்றும் ஒரு குற்றச்சாட்டு எழும்பியது. அந்த வாக்கெடுப்பால் ராமானுஜனின் கட்டுரை நீக்கப்பட்டது. அந்த வெற்றியைக் கொண்டாடும் வகையில் இந்துத்துவா அமைப்பினர் தினேஷ் சிங்கின் படம் அச்சிடப்பட்ட சுவரொட்டிகளை ஒட்டி தங்களது நன்றியைத் தெரிவித்தனர்.

இந்த நிகழ்வைத்தான் பிரபல எழுத்தாளர் சல்மான் ருஷ்டி 'கல்விப்புலத் தணிக்கை' என்றார். டெல்லி பல்கலைக்கழகம் அத்துடன் தனது தணிக்கையை நிறுத்திக்கொண்டதா என்றால் இல்லை. 2021-ம் ஆண்டு தலித் பிரச்சினைகள் குறித்து எழுதி வரும் தமிழ் எழுத்தாளர்கள் பாமா, சுகிர்தராணி மற்றும் பிரபல வங்காள மொழி எழுத்தாளர் மகாஸ்வேதா தேவி போன்றோரின் படைப்புகளையும் பாடத்திட்டத்தில் இருந்து நீக்கியது. கல்வியைக் காவி மயப்படுத்தும் இந்தக் காலம், இந்தியக் கல்விமுறையின் இருண்ட காலம் என்று சொன்னால் அது மிகையில்லை!

★ ★ ★

ராமானுஜனின் கட்டுரை இவ்வளவு எதிர்ப்பைச் சம்பாதிப்பதற்கு அப்படி என்னதான் அந்தக் கட்டுரையில் உள்ளது? வால்மீகி இராமாயணம்தான் முழு முதல் மூலக் காப்பியம் என்று இந்துத்துவ இந்தியர்கள் கருதும் வேளையில்,

ராமானுஜன் பிற இராமாயண நூல்களை, வால்மீகி இராமாயணம் உட்பட அனைத்தையும் ‘பல்வேறு வகையான சொல்லல் முறை’ என்கிறார். அப்படிக் குறிப்பிடுவதன் மூலம் வால்மீகி இராமாயணம் முழு முதல் மூலக் காப்பியம் என்ற கருத்தை, நம்பிக்கையை உடைக்கிறார். இதை இந்துத்துவ இந்தியர்கள் ‘வால்மீகி இராமாயணத்தை பத்தோடு பதினொன்னு, அத்தோடு இது ஒண்ணு என்கிற ரீதியில் கொச்சைப்படுத்துகிறார்’ என்று தவறாகப் புரிந்துகொள்கிறார்கள். அதுதான் பிரச்சினை.

இவ்வாறு இராமாயணத்தை அரசியல்மயப்படுத்தப்பட்டதன் விளைவு, 1992–ம் ஆண்டு டிசம்பர் 2–ம் தேதியில் பாபர் மசூதியை இடிப்பதில் வந்து நின்றது. மனிதர்களை உய்விக்க வந்த இராமாயணத்தை அழிவுக்குப் பயன்படுத்தியதுதான் இந்துத்துவா அமைப்புகளின் சாதனை. 2019–ம் ஆண்டு வந்த அயோத்யா தீர்ப்பு அதை மேலும் உறுதிப்படுத்துவதாக அமைந்தது. இராமாயணம் வென்றது. ராமன் தோற்றான்..!

ராமானுஜனின் கட்டுரை நீக்கப்பட்டு மூன்று ஆண்டுகள் கழித்து 2014–ம் ஆண்டில் அந்தக் கட்டுரையை மொழிபெயர்த்து வைத்திருந்தேன். பிரசுரிக்கும் எண்ணம் இருக்கவில்லை. செந்தில்நாதனுடன் உரையாடிக் கொண்டிருக்கும்போது பேச்சுவாக்கில் இந்த மொழியாக்கத்தைப் பற்றிச் சொன்னேன். ‘பரிசல் மூலம் கொண்டு வரலாமே’ என்றார் செந்தில்.

இந்த முன்னுரைக்காகவும் பின்னிணைப்பில் உள்ள ராமானுஜன் வாழ்க்கை வரலாற்றுக் குறிப்புக்காகவும் சில விஷயங்களைத் தேடிப் படிக்க வேண்டியிருந்தது. ஒரு பத்திரிகையாளனுக்கே உரிய அன்றாடப் பணிகளுக்கு இடையில் வாசிப்பதும் குறிப்பெடுப்பதும் பல நாட்களை விழுங்கிக் கொண்டுவிட்டன. எனினும் அந்த நாட்கள் கற்றலுக்காக முதலீடு செய்த நாட்கள் என்ற விதத்தில் ஒரு சிறு மகிழ்ச்சி. இந்த மொழியாக்கத்தில் ஏதேனும் கருத்துப் பிழைகளோ, பொருள் மயக்கங்களோ தென்பட்டால், அந்தக் குற்றம் முழுவதும் என்னை மட்டுமே சார்ந்தது என்பதைத் தெளிவுபடுத்திக் கொள்ள விரும்புகிறேன்.

நன்றி

ந.வினோத் குமார்

ஆதாரங்கள்:
1. மெனி இராமாயணாஸ் – பவுலா ரிச்மன்
2. இராம காதையும் இராமாயணங்களும் – அ. அ. மணவாளன்
3. இந்தியன் எக்ஸ்பிரஸ் நாளிதழ்
4. கீற்று இணையதளம்
5. தி நியூஸ்மினிட் இணையதளம்
6. 'சென்சாரிங் தி இராமாயணா' – வினய் தார்வாட்கர், தி மாடர்ன் லேங்குவேஜ் அசோசியேஷன் ஆஃப் அமெரிக்கா

முந்நூறு இராமாயணங்கள்

எத்தனை இராமாயணங்கள்? முந்நூறு? மூன்றாயிரம்? சில இராமாயண காவியங்களின் முடிவில் ஒரு கேள்வி எழுப்பப்படுகிறது: எத்தனை இராமாயணங்கள் இருந்து வருகின்றன? அதற்கு விடையளிக்க பல கதைகள் உலாவுகின்றன. அவற்றில் ஒன்று இங்கு.

ஒரு நாள் இராமன் தன் அரியணையில் அமர்ந்திருக்கும் போது, அவனது மோதிரம் கீழே விழுந்தது. மண்ணைத் தொட்டதும், அந்த மோதிரம் பூமிக்குள்ளே புதைந்து காணாமல் போனது. ராமனது பக்தனான அனுமன் அப்போது அவன் காலடியில் கிடந்தான். அனுமனைப் பார்த்து இராமன் சொன்னான், 'பார் என்னுடைய மோதிரம் காணவில்லை. கண்டுபிடி'.

எவ்வளவு சிறிய துளையென்றாலும் அனுமனுக்குக் கவலையில்லை. காரணம், அவனால் சிறிதினும் சிறியதாகவும், பெரிதினும் பெரியதாகவும் தன்னை உருமாற்றிக் கொள்ள முடியும். ஆகவே அவன் வாமன உரு கொண்டு பூமிக்குக் கீழே சென்றான்.

அனுமன் சென்றான்... சென்றான்... அதள பாதாள உலகத்திற்கே சென்றான். அப்போது அங்கே இருந்த பெண்கள், 'அட! இங்கே பாருங்கள். வாமன குரங்கு. மண்ணின் மேலிருந்து கீழே விழுந்துவிட்டது!' என்று கூச்சலிட்டனர். அந்தப் பாதாள உலகின் அரசனான பூதத்திற்கு மிருகங்களைச் சுவைப்பது

தமிழில்: ந.வினோத் குமார் ❋ 27

மிகவும் பிடிக்கும். ஆகவே அவனின் இரவு உணவுக்காக, மற்ற காய்கறிகளுடன் அனுமனையும் ஒரு தட்டில் வைத்து அனுப்பினர். என்ன செய்வதென்று அறியாமல் அனுமன் திகிலுற்றான்.

இதே சமயம், பாதாள உலகின் மேலே பூமியில், ராமனைப் பார்க்க வசிஷ்டரும் பிரம்மாவும் வந்தனர். 'ராமா நாங்கள் உன்னிடம் தனியே பேச வேண்டும். நாம் பேசுவதை யாரும் கேட்கவோ அல்லது தடங்கல் செய்யவோ கூடாது. பேசலாமா?' என்று கேட்டனர்.

'தாராளமாக. நாம் பேசலாம்' இராமன் சொன்னான்.

'அப்படியென்றால் ஒன்று செய். நாம் பேசிக் கொண்டிருக்கையில் யாரேனும் இடையில் நுழைந்தால் அவர்களின் தலை வெட்டப்படட்டும்' என்றனர்.

'அப்படியே' இராமன் வாக்களித்தான்.

இவர்களின் உரையாடலை யாரும் தடங்கல் செய்யா வண்ணம் அரண்மனை வாயிலைக் காக்க யாரால் முடியும்? அனுமனோ மோதிரத்தைத் தேடச் சென்றுவிட்டான். வேறு யாரால் முடியும்? லட்சுமணனைத் தவிர அந்த நேரத்தில் வேறு யாரும் ராமனின் நினைவில் நிழலாடவில்லை. ஆகவே, லட்சுமணனை வாயில் காக்க ஆணையிட்டான். 'யாரையும் உள்ளே அனுமதியாதே' இராமன் எச்சரித்தான்.

லட்சுமணன் வாயில் காத்திருக்கும் போது விஸ்வாமித்திரர் அங்கே வருகிறார். 'நான் ராமனைப் பார்க்க வேண்டும். மிகவும் அவசரம். இராமன் எங்கிருக்கிறான் சொல்!' என்றார்.

'இப்போது வேண்டாம். இராமன் தற்போது சிலரிடம் உரையாடிக் கொண்டிருக்கிறான்' லட்சுமணன்.

'என்னிடம் இருந்து மறைப்பதற்கு ராமனிடம் என்ன இருக்கிறது. இப்போதே நான் அவனைப் பார்த்தாக வேண்டும்' விஸ்வாமித்திரர்.

'உங்களை உள்ளே விடும் முன் ராமனிடம் நான் அனுமதி கோர வேண்டும்' லட்சுமணன்.

'அப்படியானால் உடனே செய்'.

'அப்படியும் நான் போக முடியாது. இராமன் வெளியே வரும் வரை நான் காத்திருக்க வேண்டும். நீங்களும்'.

'இப்போது நீ உள்ளே சென்று என் வருகையை உரைக்கவில்லையெனில் அயோத்திய ராஜ்ஜியம் சாம்பலாக சாபமிடுவேன்' என்றார் விஸ்வாமித்திரர்.

லட்சுமணன் சிந்தித்தான். 'இப்போது நான் உள்ளே சென்றால் இறந்துவிடுவேன். செல்லவில்லை என்றாலோ, இந்த அகங்காரன் ராஜ்ஜியத்தை சாம்பலாக்கிவிடுவான். அதற்குப் பதிலாக நானே உள்ளே நுழைகிறேன்' முடிவெடுத்தான்.

உள்ளே சென்றான். இராமன் கேட்டான், 'என்ன விஷயம்?'

'விஸ்வாமித்திரர் வந்திருக்கிறார்'.

'உள்ளே வரச்சொல்'.

விஸ்வாமித்திரர் உள்ளே செல்லும்போது, அவர்களின் உரையாடல் முடிந்திருந்தது. பிரம்மனும் வசிஷ்டனும் ராமனைக் காண வந்ததற்கான காரணம், 'இந்த உலகில் உன் வேலை முடிந்தது. உன் ராமாவதாரத்தை நீ விட்டொழித்து கடவுள்களின் உலகோடு வந்து சேரவேண்டும்' என்பதைச் சொல்லத்தான்.

லட்சுமணன் ராமனிடம் சொன்னான், 'அண்ணா, என் தலையைக் கொய்துவிடுங்கள்'.

'ஏன்? என்னவாயிற்று? எங்களது உரையாடல்தான் முடிந்துவிட்டதே' இராமன்.

'நீங்கள் அப்படிச் சொல்லக் கூடாது. உங்களின் சகோதரனாக இருப்பதால் என்னை நீங்கள் தண்டிக்காமல் இருக்கலாகாது. என்னை விட்டுவிடுவதால் உங்கள் பெயருக்குக் களங்கம் ஏற்படும். உங்கள் மனைவியைக்கூட நீங்கள் விட்டு விடவில்லை. நீங்கள் அவரை வனத்துக்கு அனுப்பினீர்கள். ஆகவே நானும் தண்டிக்கப்பட வேண்டியவன், நான் அகல்கிறேன்' லட்சுமணன் விடைபெற்றான்.

தமிழில்: ந.வினோத் குமார்

லட்சுமணன், விஷ்ணு துயில் கொள்ளும் பாம்பான சேஷத்தின் இன்னொரு வடிவம். லட்சுமணன் சரயு நதிக்குச் சென்றான். வீழ்ந்தான். மாய்ந்தான்.

லட்சுமணனின் முடிவுக்குப் பிறகு, இராமன் தன் வழி நடப்பவர்களான விபீடணன், சுக்ரீவன் மற்றும் பலரையும் அழைத்துத் தன் இரு மகன்கள் லவ, குசன் ஆகியோரின் முடிசூட்டு விழாவுக்கு ஏற்பாடுகள் செய்தான். இறுதியில் ராமனும் சரயுவில் கலந்தான்.

இது அத்தனையும் நிகழ்ந்த போது, அனுமன் பாதாள உலகில்தான் இருந்தான். பூதம் தன் உணவைச் சுவைக்க ஆரம்பித்த சமயம், 'ராமா, ராமா, ராமா...' என்கிற முனுமுனுப்பு கேட்டது.

உடனே தன் தட்டைப் பார்த்துப் பூதம் கேட்டது, 'யார் நீ?'

'அனுமன்'

'அனுமன்? இங்கு ஏன் வந்தாய்?'

'ராமனது மோதிரம் இங்கே விழுந்தது. அதைத் தேடிக் கொண்டு வந்தேன்'

இதைக் கேட்டதும் அந்த பூதம் ஒரு தட்டை எடுத்து வந்தது. அதில் ஆயிரக்கணக்கான மோதிரங்கள். எல்லாமே ராமனுடையது. அந்தத் தட்டை அனுமன் முன் வைத்துவிட்டுச் சொன்னது பூதம்.. 'உன் ராமனின் மோதிரத்தைத் தேடி எடுத்துக் கொள்'.

அந்த மோதிரங்கள் எல்லாமே ஒரே மாதிரியாக இருந்தன. 'எது ராமனின் மோதிரம் என்று தெரியவில்லையே' அனுமன் திகைப்புற்றான்.

பூதம் சொன்னது, 'எத்தனை மோதிரங்கள் இருக்கின்றனவோ அத்தனை இராமன்கள் இருந்திருக்கிறார்கள். நீ பூமிக்குத் திரும்பும் போது ராமன் அங்கு இருக்கமாட்டான். ராமனின் அவதாரம் முடிவடைந்தது. எப்போதெல்லாம் ராமாவதாரம் முடிவுக்கு வருகிறதோ அப்போதெல்லாம் அவனது மோதிரம் இங்கே விழும். அதையெல்லாம் நான் சேகரித்து வைப்பேன். நீ போகலாம்'.

அனுமன் திரும்பினான்.

ஒவ்வொரு ராமனுக்கும் ஒவ்வொரு இராமாயணம் இருக்கிறது என்று எடுத்துக்காட்டவே இந்தக் கதை அவ்வப்போது சொல்லப்படுகிறது.

இரண்டாயிரத்து ஐந்நூறு ஆண்டுகளுக்கும் மேலாக எண்ணற்ற இராமாயணங்கள் தெற்கிலும் தென்கிழக்காசிய நாடுகளிலும் ஏற்படுத்திய தாக்கங்கள் நம்மை ஆச்சர்யத்துக்கு உள்ளாக்குகின்றன.

அன்னாமிஸ், பாலி, வங்காளம், கம்போடியன், சீனம், குஜராத்தி, ஜாவா, கன்னடம், காஷ்மீரி, கோட்டானீஸ், லாவோஷியன், மலாய், மராத்தி, ஒடியா, பிராகிருதம், சமஸ்கிருதம், சந்தாலி, சிங்களம், தமிழ், தெலுங்கு, தாய், திபேத்திய மொழி எனப் பல்வேறு மொழிகளில் பல்வேறு வகையான இராமாயணக் கதைகள் இருந்து வருகின்றன.

நூற்றாண்டுகளாக மேற்சொன்ன மொழிகளில் சில ஒன்றுக்கு மேற்பட்ட இராமாயணக் கதைகளைத் தன்னுள் உருவாக்கிக் கொண்டுவிட்டன. சமஸ்கிருதம் மட்டுமே கவிதையாகவோ, காவியமாகவோ, புராணமாகவோ இருபத்தி ஐந்துக்கும் மேற்பட்ட இராமாயணக் கதைகளைக் கொண்டிருக்கிறது. இவற்றுடன், நாடக வடிவிலோ, நாட்டிய நாடக வடிவிலோ, மரபு சார்ந்தோ அல்லது நாட்டார் வழக்காற்றியல் சார்ந்தோ புனையப்பட்டவற்றையும் கணக்கில் கொண்டால், இராமாயணங்களின் எண்ணிக்கை விண்ணைத் தொடும். மேலும், கற்சிற்பங்கள், செப்புப் பட்டயங்கள், பொம்மலாட்டங்கள், நிழல் கூத்து அல்லது பாவைக் கூத்து என தெற்கு மற்றும் தென்கிழக்காசிய கலாச்சாரங்களில் உள்ள இராமாயணப் புனைவுகளையும் கருத்தில் கொள்ள வேண்டும்.

காமில் பல்க் எனும் இராமாயணம் கற்ற மாணவர் ஒருவர் முந்நூறு இராமாயணங்கள் இருப்பதாகச் சொல்லி இருக்கிறார்.

நிற்க, பதினான்காம் நூற்றாண்டிலேயே, குமாரவியாசா எனும் கன்னடப் புலவர் மகாபாரதக் காவியத்தை, தான் எழுதுவதற்கான காரணம், 'இந்தப் புவியைத் தாங்குகிற பிரபஞ்ச சர்பம் பூமியில் உலாவுகின்ற இராமாயணக் கதைகளின் எண்ணிக்கையைத் தாங்க முடியாமல் புலம்பியதைக்

தமிழில்: ந.வினோத் குமார்

கேட்டதால்தான்' என்று சொன்னார் என்றால், அதில் நாம் ஆச்சரியப்பட ஒன்றுமில்லை.

பல்வேறு மொழிபெயர்ப்புகளும் மெத்தப் படித்த கல்வியாளர்களும் அளித்த தகவல்களுக்காகக் கடன்பட்ட இந்தக் கட்டுரையில், எனக்காகவும் மற்றவர்களுக்காகவும் பல்வேறு கலாச்சாரங்களில், மொழிகளில், சமயச் சடங்குகளில் உள்ள இந்த முந்நூறு இராமாயணங்கள் ஒன்றுக்கொன்று எவ்வாறு தொடர்பு கொண்டுள்ளன என்பதைப் பற்றிச் சொல்லப் போகிறேன்... எவை மொழிபெயர்க்கப்பட்டன, இடமாற்றப்பட்டன, நிலைமாற்றப்பட்டன என்பதையும் அறிந்து கொள்ளலாம்.

❏

வால்மீகியும் கம்பனும் இரண்டு அகல்யாக்களும்

மேற்சொன்ன நூற்றுக்கணக்கான இராமாயண விவரிப்புகள் ஒன்றுக்கொன்று வேறுபட்டு இருப்பது வெளிப்படை. நான் இங்கு 'விவரிப்புகள்' என்ற சொல்லை வடிவங்கள் அல்லது வகைமாதிரிகள் என்ற சொற்களுக்கு மாற்றாகப் பயன்படுத்துகிறேன். காரணம், வடிவங்கள் அல்லது வகைமாதிரிகள் என்று சொன்னால் சமஸ்கிருத மொழியில் வால்மீகி எழுதிய இராமாயணம்தான் மூல நூல் என்றோ அல்லது அதுவே முதன்மையானது என்றோ அல்லது அதுவே மற்ற இராமாயணங்களை விட மேன்மையானது என்றோ புரிந்து கொள்வதற்கு வாய்ப்பு இருக்கிறது. ஆனால் உண்மை வேறு மாதிரியானதாக இருக்கிறது. மற்ற மொழிகளில் வால்மீகியின் இராமாயணத்தை உள்ளது உள்ளபடி எடுத்துச் செல்லப்படவில்லை.

மேலே செல்லும் முன், இராமாயணம் பற்றி இன்னும் சில வித்தியாசங்களை நாம் புரிந்து கொள்ள வேண்டியிருக்கிறது. நமது மரபுப் படி ராம கதை என்பது வால்மீகி, கம்பன், கீர்த்திவாசன் போன்றோர் இயற்றிய புனைவுகளில் இருந்து மாறுபடுகிறது. பின்னாளில் இயற்றப்பட்ட புனைவுகள் எல்லாம் இராமாயணங்கள் என்று அழைக்கப்பட்டாலும் (கம்ப இராமாயணம் போன்று) சில புனைவுகள் மட்டுமே இராமாயணம் என்ற தலைப்புக்கு ஏற்றவாறு அமைந்திருக்கின்றன.

தமிழில்: ந.வினோத் குமார்

ராமாவதாரம், ராம சரித மானஸ், ராம காதை எனப் பல வடிவங்களில் இராமாயணங்கள் இருக்கின்றன. இவற்றுக்கும் வால்மீகி சொன்ன இராமாயணத்துக்கும் ஆரம்பத்தில் இருந்து தொடர்கிற உண்மையான ராம கதைக்கும் வேறுபாடுகள் உள்ளன.

மரபின் படி, 'கதை' என்பதற்கும் 'காவியம்' என்பதற்கும் உள்ள வேறுபாடானது, பிரெஞ்சு மொழியில் 'சம்பவம்' என்பதற்கும் 'சொல்லுதல்' என்பதற்கும் உள்ள வேறுபாட்டை ஒத்தது. அதுவே ஆங்கிலத்தில் 'கதை' என்பதற்கும் 'பிரசங்கம்' என்பதற்கும் உள்ள வேறுபாட்டை ஒத்து வருவது.

இதே தொடர்பு முறை 'வாக்கியம்' என்பதற்கும் 'பேசுதல்' என்பதற்கும் உள்ள வேறுபாட்டுக்கும் பொருந்தும். ஒரு கதை விவரிக்கப்படுகிற விதத்தில் ஒரே மாதிரியாக இருக்கலாம். ஆனால் சொல்லப்படுகிற முறை வேறாக இருக்கும். கதையின் வடிவம், 'இதற்கு அடுத்து இது' என்று வருகிற நிகழ்வுகளின் தொடர்ச்சி என அனைத்தும் ஒரே மாதிரியாக இருந்தாலும், கதை விவரிக்கப்படுகிற பாணி, விளக்கங்கள், தொனி போன்ற அம்சங்கள் வெகுவாக மாறுபடும்.

இரண்டு வேறு வேறான இராமாயணங்களில் ஒரு கட்டத்தில் வருகிற ஒரே நிகழ்வை இரண்டு வடிவங்களில் இங்கே சுட்டிக்காட்டப் போகிறேன். முதலாவது, சமஸ்கிருத மொழியில் வால்மீகி இயற்றிய இராமாயணத்தில் இருந்து; இரண்டாவது, தமிழ் மொழியில் கம்பன் இயற்றிய இராமாயணத்தில் இருந்து. இரண்டுமே, அகல்யையின் கதையை விளக்குபவை.

ஜனகனின் மிதிலை நகரை
ஜனங்களும் முனிகளும் நோக்க
கொண்டாடினார்கள்; கூச்சலிட்டார்கள்
'அழகோ அழகெ'ன்று!

மிதிலையின் வெளியே ஆசிரமமொன்று
முன்னைப் பழமையது; மனிதரற்றது.
இது கண்ட ராகவன் வினவினான்
'இந்தப் புனிதம் யாதென்று?'

ஆளில்லாது ஆசிரமும் ஒன்றோ?
அவன் கேட்டான் 'குருவே யாருடையது'?
அக்கினி விஸ்வாமித்திரன்
ஆங்குரைத்தான் ராகவனின் வேள்விக்கு விடை.

வார்த்தை வித்தகன் விஸ்வா மித்திரன்
வாயில் வந்தது தெள்ளிய விடை
'ராகவா! சொல்கிறேன். இந்த ஆசிரமம்
ரௌத்திரன் ஒருவனால் சாபம் கொண்டது!'

'பெரியோன் கௌதமனின் குடில் இது!
பெரிய கடவுள்களும் கும்பிட்ட கோயிலிது!
அகல்யையுடன் அந்த முனி இருந்த இடம்
ஆண்டுகள் பல செய்து வந்தான் தவம்!

'ஒருமுறை கௌதமன் வெளியே சென்றான்
ஓராயிரம் கண் இந்திரன் உள்ளே வந்தான்
மையலுற்றான் அகலிகை மீதே தான்
மோகம்கொண்டு மதியிழந்து உரைத்தான்

'ஆடவர் ஆசை அதற்குக் காலமில்லை
உன் கச்சித உடல் காமத்தொல்லை
வேண்டுவது உன் காதல் இச்சை
வாகாவே அமைந்தது உன் இடை!'

இந்திரன் எனத் தெரிந்தும்
இச்சை அடக்கவில்லை அவள்;
இணங்கியே போனாள்
இழுத்துக் கொண்டாள் இந்திரசித்துவை!

அவள் தேவையும் பூர்த்தியானதும்
அவனிடம் சொன்னாள் 'கிளம்பு' என்று;
'உடனே செல்க இந்திரனே! காப்பாற்றுக
உன்னையும் என்னையும்; இது அவசரமென்று!

தமிழில்: ந.வினோத் குமார்

ஆயிரங் கண்ணன் அகலிகையை மெச்சினான்
'அன்ன இடையவளே! திருப்தியானேன் உன்னிலே!
வந்த வழியே செல்கிறேன்'; சொன்னவன்
வேகமாக விட்டு நீங்கினான் குடிலையே!

'அட ராமா! அவன் போகும்போது
எதிரே வந்தார் கௌதமன் அப்போது;
எவராலும் அசைக்க முடியாத முனி
எரியூட்டும் பார்வை பார்த்தார் இந்திரனை.

தவத்தால் உணர்ந்தார் கௌதமர் 'யாரென்று'!
தெரிந்து போயிற்று இந்திரன் என்று!
முங்கி எழுந்த நீர் உடல் தழுவ
முனிவன் தீயாய் கனன்று நின்றான்!

வெளிறியது இந்திரன் முகம்
முனியின் முகமோ சுமந்தது ஆத்திரம்
வெட்கி நின்றான் முனி உரு கொண்டவன்;
முக்காலமும் அறிந்த முனி துச்சமாகப் பார்த்தான்!

'என் உரு கொண்ட மூடனே!
எது செய்யக்கூடாதோ அது செய்தாய்
உன் விரைகள் இப்போதே நீங்கட்டும்!'
உதடு மூடவில்லை முனி; வீழ்ந்தது இந்திர விரை!

ஆயிரங் கண்ணனை சபித்த உடன்
அகலிகையைக் கண்டார் முனி; சபித்தார்
'கல்லாகச் சமைந்து போவாய் இங்கே
காற்றைக் குடித்து உணவின்றி; மண்ணில்

யார்க்கும் தெரியாத மறைபொருளாய்!'
தவமுனி கூடவே சொன்னார்;
'தசரதனின் மகன் இராமன் வருவான்!
தகிக்கும் காட்டிடையே அவன் வருவான்!

அறிவில்லா பெண்ணே! அப்போது
அடைவாய் சாப விமோசனம்!
'உன் காமும் குழப்பமும் களைந்து
உண்மை உருவை அடைவாய் அப்போது!

நானும் இருப்பேன் உன்னோடு அந்தப் பொழுது!'
நல்ல முனி சொன்னவுடன் சென்றுவிட்டான்!
குடிலை விட்டு நீங்கிய கௌதமன்
இமயத்தில் தொடர்ந்தான் தவத்தை!

ஆண்மையற்ற இந்திரன் பிறகு
அக்கினி தேவனின் தலைமையில் உள்ள
தேவாதி தேவர்களிடம் முறையிட்டான்!
'தெய்வங்களின் பிரதி நிதியாய் நான்

இதைச் செய்தேன்; கௌதமன்
தவம் கலைக்க என் முயற்சியில்
தொலைந்ததோ என் ஆண்மை!
தொடர்ந்தான் இந்திரன்;

'அகலிகையை நீங்கினான் முனி
அந்தச் சாபங்கள் எங்களுக்கே எனினும்
அவனின் தவப்பயனை நான் கவர்ந்தேன்!
ஆகவே தேவாதி தேவர்களே!

அருள் கூறுங்கள் எனக்கு!
ஆண்மை வேண்டும் மீண்டும்!'
தேவர் கூட்டம் செவியுற்றது!
தீர்வு ஒன்றைச் சொன்னது;

முன்னரே இந்திரன் மோகம்கொண்டான்
முனியின் மனைவி மீது; அதனாலே
அவனுக்கு ஆண்மை போனது
இப்போதோ சினம்கொள்கிறான் நம்மீது!

தமிழில்: ந.வினோத் குமார்

‘இந்திர! இதோ இச்செம்மறி ஆட்டின்
விரையை எடுத்துக்கொள்
இது உன் தேவைகளைப் பூரணமாக்கும்!
உன்னில் உள்ள நிறைவை

உன்னை நோக்கி வருபவர்களுக்கு
அளிப்பாய் நீ!’ என்றான் அக்கினி!
அக்கினி தேவன் சொல் படி
ஆன்றோர் செய்தனர் அப்படி!

அன்றுமுதல் ஆன்றோர் உண்டனர்
ஆண்மை இழந்த ஆடுகளை;
முனியின் தவ வீர்யம் கவர்ந்ததால்
முன் போல வீர்யம் கொண்டது இந்திர விரை!

வந்தான் இராமன் குடிலுக்கு!
விமோசனம் தந்தான் கல்லுக்கு!
ஆங்கே செவியுற்றான் ராகவன்
அகங்காரன் விஸ்வா மித்திரன் வார்த்தைகளுக்கு!

குருவின் பாதம் பின் தொடர்ந்து
காகுத்தன் குடிலில் நுழைந்தான் லட்சுமணனோடு!
அவள் பெற்ற தவப் பயனால்
அகலிகை பிரகாசித்தாள் உள்ளொளி யால்!
அவ்வொளி உள்ளே ஒளிர்ந்தாலும்; மறைபொருளே
அஃது தேவர்க்கும் மனிதர்க்கும் நரகர்க்கும்!

(சமஸ்கிருத மூலம்: சாஸ்திரிகள் மற்றும் சாஸ்திரி 1958.
ஆங்கில மொழிபெயர்ப்பு: டேவிட் ஷுல்மேன் மற்றும் ஏ.கே.
ராமானுஜன். தமிழில்: ந.வினோத் குமார்)

❑

கம்பனின் அகல்யா

இனைய நாட்டினை இனிது சென்று,
  இஞ்சி சூழ் மிதிலை
புனையும் நீள் கொடிப் புரிசையின்
  புறத்து வந்து இறுத்தார்;
மனையின் மாட்சியை அழித்து, இழி
  மாதவப் பன்னி,
கனையும் மேட்டு உயர்
  கருங்கல் ஓர் வெள் இடைக் கண்டார (547)

கண்ட கல் மிசைக் காகுத்தன்
  கழல் துகள் கதுவ,
உண்ட பேதைமை மயக்கு அற,
  வேறுபட்டு, உருவம்
கொண்டு மெய் உணர்பவன்
  கழல் கூடியது ஒப்பப்
பண்டை வண்ணம் ஆய் நின்றனள்;
  மாமுனி பணிப்பான். (548)

பிறகு, இராமன் விஸ்வாமித்திரரை நோக்கி, இந்தப் பெண் ஏன் கல்லானாள் என்று வினவுகிறான். அதற்கு விஸ்வாமித்திரர் பதிலுரைக்கிறார் இப்படி:

அவ் உரை இராமன் கூற, அறிவனும்
    அவனை நோக்கிச்
செவ்வியோய்! கேட்டி, மேல் நாள்
    செறி சுடர்க் குலிசத்து அண்ணல்,
அவ்வியம் அவித்த சிந்தை முனிவனை
    அற்றம் நோக்கி,
நவ்வி போல் விழியினாள் தன் வனமுலை
    நணுகல் உற்றான். (551)

தையலாள் நயன வேலும்
    மன்மதன் சரமும் பாய,
உய்யலாம் உறுதி நாடி
    உழல்பவன், ஒரு நாள் உற்ற
மையலால் அறிவு நீங்கி,
    மா முனிக்கு அற்றம் செய்து,
பொய் இலா. உள்ளத்தான் தன்
    உருவமே கொண்டு புக்கான (552)

புக்கு, அவேளாடும் காமப்
    புது மண மதுவின் தேறல்
ஒக்க உண்டு, இருத்தலோடும்,
    உணர்ந்தனள்; உணர்ந்த பின்னும்
தக்கது அன்று என்ன ஓராள்,
    தாழ்ந்தனள் இருப்பத், தாழா
முக்கணன் அனைய ஆற்றல்
    முனிவனும் முடுகி வந்தான். (553)

சரம் தரு சாபம் அல்லால்
    தடுப்பு அரும் சாபம் வல்ல
வரம் தரு முனிவன் எய்த
    வருதலும், வெருவி, மாயா
நிரந்தரம் உலகில் நிற்கும்
    நெடும் பழி பூண்டாள் நின்றாள்,
புரந்தரன் நடுங்கி ஆங்கு ஓர்
    பூசையாய்ப் போகல் உற்றான (554)

தீ விழி சிந்த நோக்கிச், செய்ததை
உணர்ந்து, செய்ய,
தூயவன், அவனை நின்கைச் சுடுசரம்
அனைய சொல்லால்,
'ஆயிரம் மாதர்க்கு உள்ள
அறிகுறி உனக்கு உண்டாக' என்று
ஏயினன்; அவை எலாம் வந்து
இயைந்தன இமைப்பின் முன்னம். (555)

எல்லையில் நாணம் எய்தி, யாவர்க்கும்
நகை வந்து எய்தப்
புல்லிய பழியினோடும்
புரந்தரன் போயபின்றை,
மெல்லியலாளை நோக்கி, விலை
மகள் அனைய நீயும்
கல் இயல் ஆதி என்றான்; கரும்
கல் ஆய் மருங்கு வீழ்வாள். (556)

பிழைத்தது பொறுத்தல் என்றும்
பெரியவர் கடனே என்பர்,
'அழல் தரும் கடவுள் அன்னாய்!
முடிவு இதற்கு அருளுக 'என்னத்,
'தழைத்து வண்டு இமிரும் தண் தார்த்
தசரத இராமன் என்பான்
கழல் துகள் கதுவ, இந்தக்
கல் உருத் தவிர்தி' என்றான். (557)

அந்த இந்திரனைக் கண்ட
அமரர்கள், பிரமன் முன்னா
வந்து, கோதமனை வேண்ட,
மற்று அவை தவிர்த்து, மாறாச்
சிந்தையின் முனிவு தீர்ந்து,
சிறந்த ஆயிரம் கண் ஆக்கத்,
தம் தமது உலகு புக்கார்;
தையலும் கிடந்தாள் கல்லாய். (558)

இவ் வண்ணம் நிகழ்ந்த வண்ணம்,
இனி இந்த உலகுக்கு எல்லாம்
உய் வண்ணம் அன்றி, மற்று ஓர்
துயர் வண்ணம் உறுவது உண்டோ?
மை வண்ணத்து அரக்கி போரின்
மழை வண்ணத்து அண்ணலே! உன்
கை வண்ணம் அங்குக் கண்டேன்,
கால் வண்ணம் இங்குக் கண்டேன். (559)

(கம்ப இராமாயணம்: அகலிகை படலம்)

மேற்கண்ட இரண்டு வகையான கூறல்களிலும், உள்ள வித்தியாசங்களை உங்களுக்குச் சொல்கிறேன். வால்மீகி, கதையை உரைக்கும் போது, அதில் தன்னுடன் உறவு கொள்ள விருப்பத்துடன் இருக்கும் அகலிகையை இந்திரன் மயக்குகிறான். ஆனால், கம்பனிலோ, தான் செய்வது தவறு என்று அறிந்தும் அந்தத் தகாத உறவில் இருந்து அவளால் மீளமுடியவில்லை. மேலும், அவளுடைய முனி கணவன், எப்போதுமே ஆன்மிகத் தேடலிலேயே இருக்கிறான். அவளின் இந்த உளவியல் ரீதியான அதிநுட்பமான தடுமாற்றமும், இந்திரன் மீது மையல் கொள்ள காரணமாக உள்ளது.

பூனை வடிவில் இந்திரன் உருவெடுப்பது நாட்டார் கலையின் முக்கிய அம்சம் (இதே போன்றதொரு உதாரணம், ‘கதசரித்சாகரா’ எனும் 11–ம் நூற்றாண்டு சமஸ்கிருத நாட்டார் கதைத் தொகுப்பில் காணக் கிடைக்கிறது). இந்திரன் ‘ஆயிரம் மாதர்க்கு உரிய பெண்குறிகளை உடலில் கொள்வாய்’ என்ற சாபத்தினைப் பெறுகிறான். அவை பிற்பாடு கண்களாக மாறின. அகலிகையோ கல்லாகச் சமைந்து போகிறாள். இருவருக்குமே தங்களின் தவறுக்கு ஏற்ப தண்டனையைப் பெறுகிறார்கள்.

இந்திரன் எதற்கு ஆசைப்பட்டானோ அதுவே அவனுக்குச் சாபமாகக் கிடைத்தது எனில், தான் செய்வது தவறு என்று தெரிந்து எந்தவிதமான எதிர்வினையும் ஆற்ற இயலாமல் இருந்ததால் அகலிகை கல்லாக மாறச் சபிக்கப்பட்டாள். இவ்வகையான கலையின் நுட்பமான கருத்துகள் வால்மீகியில் இல்லை. மாறாக தென்னிந்திய நாட்டார் வழக்குகள் மற்றும்

இதர தென் பகுதிகளில் இருக்கும் ராம கதைகள், கல்வெட்டுகள், தமிழ்ப் பாடல்கள் மற்றும் தமிழ் அல்லாத பிற மொழி ஆதாரங்களில் காணக் கிடைக்கின்றன.

இங்கு கம்பன், வால்மீகியின் கதையை மட்டும் எடுத்துக் கொள்ளாமல், மேற்கண்ட பிற வகைகளில் இருந்தும் கதைகளைப் பெறுகிறார். கம்பன் மூலமாகத்தான் அந்தக் கருத்துகள் இதர இராமாயணங்களில் இடம்பெற்றன.

தொழில்நுட்ப ரீதியாகப் பார்த்தால், வால்மீகியைவிட கம்பன் தன் இராமாயணத்தை நாடகார்த்தமாக வடிக்கிறார். முதலில், ராமனின் பாதம் கல்லை அகலிகையையாக உருமாற்றுகிறது. அதன் பிறகே அவளின் கதை சொல்லப்படுகிறது. உயரமான இடத்தில் ராமனுக்காகக் கல் காத்திருப்பதே மிக அழுத்தமான, தெளிவான குறியீடாகும்.

குளிர்ந்து போன கல்லில் இருந்து கதகதப்பைக் கொண்ட மனித உருவிற்கு அகலிகை மாறுவது, தியானத்தில் மூழ்கிய ஆன்மாவானது, தன் இறைநிலையில் விழிப்புணர்வு கொள்வதற்குச் சமமாகக் காட்டப்பட்டுள்ளது.

இறுதியாக, அகலிகை பற்றிய பாடல்கள் அதற்கு முன்பு உள்ள பாடல்களுடன் தொடர்புடையதாக இருக்கின்றன. முந்தைய பாடல்கள் தாடகை எனும் அரக்கியை இராமன் கொன்றது தொடர்பான செய்தியைக் கொண்டுள்ளன. அவற்றில் இராமன், தீமையை அழிப்பவனாகவும், பகைவர்க்கு மலட்டுத்தன்மையையும், மரணத்தையும் கொண்டு வருபவனாகச் சித்தரிக்கப்பட்டுள்ளான். அகலிகையை உயிர்த்தெழச் செய்த பிறகு வரும் பாடல்களிலோ இராமன் என்பவன் வளத்தைக் கொண்டு வருபவனாக இருக்கிறான்.

கம்பனின் பாடல்கள் முழுக்க, இராமன் என்பவன் ஒரு தமிழ்க் கதாநாயகனாகச் சித்தரிக்கப்படுவதுடன் நல்லவற்றை வழங்கும் பெருந்தன்மைக்காரனாகவும், பகைவர்களை அழிப்பதில் கிஞ்சித்தும் கருணையற்றவனாகவும் இருக்கிறான். தவிரவும், பக்திப் பார்வையுடன் நோக்கினால் கல்லில் இருந்து அகலிகை எழுந்து வந்த நிகழ்வு என்பது, இந்த உலகில் உள்ள அனைத்து உயிர்களுக்கும் துன்பங்களில் இருந்து விடுதலை

தமிழில்: ந.வினோத் குமார்

அளிக்கவே ராமாவதாரம் எடுக்கப்பட்டது என்ற செய்தியைக் கூற வருகிறது என்பது புலப்படும்.

வால்மீகி இராமாயணத்தில், இராமன் என்பவன் கடவுள் நிலைக்கு உயர்த்தப்படவில்லை. மாறாக, கடவுள் தன்மைகள் கொண்ட ஒரு மனிதனாக, மனிதர்களுக்குரிய அனைத்து பலம் பலவீனங்களுடனும், குறிப்பிட்ட சில எல்லைகளுக்குள் வாழ வேண்டியவனாக உள்ளான். அதனால் ஒரு சிலர், இராமன் பற்றிய இறைத்தன்மைக் கருத்துகளோ, அவனின் அவதாரமோ, அவன் கடவுளே என்று வரையறுக்கும் ராம புராணத்தின் முதல் மற்றும் கடைசி பகுதிகள் அனைத்துமே பிற்காலத்தில், கூடுதலாகச் சேர்க்கப்பட்டன என்று வாதிடுகிறார்கள்.

நிற்க, கம்ப இராமாயணத்தில் தெளிவாகவே இராமன் கடவுளாகச் சித்தரிக்கப்பட்டுள்ளான். ஆகவேதான், மேற்கண்ட பத்தி சமய உணர்வுடனும், இறையியல் வடிவங்களுடனும் அடர்த்தியாக உள்ளது. 12-ம் நூற்றாண்டில், பக்தி நிலையில் இருந்துதான் கம்பன் தன் இராமாயணத்தை இயற்றுகிறார். தனக்குக் குருவாக வைணவத் துறவிகளில் உயர்ந்தவரான நம்மாழ்வாரை (ஒன்பதாம் நூற்றாண்டாக இருக்கலாமா?) ஏற்றுக் கொள்கிறார். எனவே, தீமைகளை அழித்து நல்லவற்றை வாழச் செய்து, மனிதர்களுக்குத் துன்பங்களில் இருந்து விடுதலை அளிக்கும் இராமன் கடவுளே என்ற முடிவுக்கு வருகிறார் கம்பன்.

ராவணனைக் கொல்லும் வரையிலான ராமனின் சாகசங்களில் அகலிகையை கல்லில் இருந்து விடுவித்தது முதலாவதாக உள்ளது. நம்மாழ்வாருக்கோ, சிறிய புல்லில் இருந்து பெரும் கடவுளர் வரைக்கும் அனைத்து உயிர்களுக்கும் இராமன் பாதுகாவலனாகத் தெரிகிறார். அவருடைய வார்த்தைகளிலேயே சொல்வதானால்:

> கற்பார் இராம பிரானை அல்லால் மற்றும் கற்பரோ
> புல் பா முதலா புல் எறும்பு ஆதி ஒன்று இன்றியே
> நல் பால் அயோத்தியில் வாழும் சராசரம் முற்றவும்
> நல் பாலுக்கு உய்த்தனன் நான்முகனார் பெற்ற நாட்டுளே?
> (நம்மாழ்வார், திருவாய்மொழி, 7.5.1)

நம்மாழ்வாரின் கருத்துக்கு ஏற்றாற் போல் கம்பனின் பாடல்கள் அனைத்தும் மிக ஆதுரத்துடனும் ஆழமாகவும் ராமனை எடுத்துக்காட்டுகின்றன.

ஆக, அகலிகையின் படலம் ஒரே மாதிரியாக இருந்தாலும், அது சொல்லப்பட்ட விதம் வேறுபடுகிறது. கம்பனின் பாடல்களில் உள்ள கலாப்பூர்வமான பூச்சுகளில் பாதி, வால்மீகியில் இருந்து எடுக்கப்பட்டு அதில் சில மாறுதல்களைக் கொண்டவை. அனைத்து இராமாயணங்களுமே ஓரளவு முன்பு படைக்கப்பட்ட இராமாயணங்களில் இருந்து உருவானவையே. இவற்றை உருமாறிய இராமாயணங்கள் என்று கூட அழைக்கலாம்.

இந்த இடத்தில், எனக்கு விருப்பமான உதாரணத்தைச் சொல்லாமல் இருக்க முடியவில்லை. *16–ம்* நூற்றாண்டில் வெளியான அத்யாத்மா இராமாயணம் போன்ற பிற்காலத்திய இராமாயணங்களில் இராமன் தன் நாட்டை விட்டு வெளியேற்றப்படும்போது, சீதா தன்னுடன் வனத்திற்கு வருவதை அவன் விரும்பவில்லை. ஆனால் சீதா அவனுடன் வாதிடுகிறாள். முதலில் தான் அவனுடைய மனைவி என்றும், அவனுடைய இன்ப துன்பங்களில் பங்குள்ளது என்றும், எனவே அவன் நாடுகடத்தப்பட்டு வனம் புகும்போது தானும் அவனுடன் வருவதுதான் சரியானது என்றும் வழக்கமான வாதங்களை முன் வைக்கிறாள். ஆனால் இராமன் மறுதலிக்கிறான்.

இதனால் கோபமடைந்த அவள், 'இதற்கு முன்பு எண்ணற்ற இராமாயணங்கள் இயற்றப்பட்டுள்ளன. அவற்றில் எதிலேனும் ராமனுடன் சீதா வனத்திற்குச் செல்லாமல் இருக்கிறாளா?' என்று வினவுகிறாள். அதன் பிறகு இராமன் சீதாவுடன் வனத்துக்குச் செல்கிறான் (அத்யாத்மா இராமாயணம், *2.4.77–8*).

இந்தியாவில் எதுவும் தனித்துவமாக இருந்ததில்லை. அப்படியே, இந்த கலைக்கருத்தும் பல இராமாயணங்களில் இடம்பிடித்துள்ளது.

இப்போது, தமிழில் உருவான கம்பனது இராமாயணம் தனக்கான பின்னொற்றிகளை உருவாக்கி உள்ளது. தெலுங்கில் தெலுங்கு பேசும் கதாபாத்திரங்களாகவும், மலையாளத்தில்

கோயில் விழாவின் போது நாடகமாகவும், தென்கிழக்காசியாவில் உருவான ராம கதைக்கு தொடர்புப் புள்ளியாகவும் கம்ப இராமாயணம் உருமாறியுள்ளது. 18–ம் நூற்றாண்டில் எழுதப்பட்ட தாய்லாந்து இராமாயணமான ராமகீன் பெரும்பகுதி தமிழ் இராமாயணத்தை ஒட்டியுள்ளது. இதற்கு உதாரணமாக, தாய்லாந்து இராமாயணத்தில் உள்ள பல கதாபாத்திரங்களின் பெயர் தாய் பெயராக அல்லாமல் தமிழ் பெயராகவே உள்ளன. இதுதவிர, துளசிதாஸரின் இந்தி 'ராமசரிதமானஸ்', மலேசியாவின் 'ஹிகாயத் செரி ராம்' ஆகியவையும் கம்பனில் இருந்து பல கருத்துகளை எடுத்துள்ளன.

வெளிப்படையாக, ஒரு கதை இன்னொரு இடத்திற்குச் செல்லும் போது பல வழிகளை மேற்கொள்கிறது. சில மொழிகளில் தேநீருக்கான வார்த்தை வடசீன வழக்கில் இருந்தும், தென்சீன வழக்கில் இருந்தும் உருவாக்கப்பட்டுள்ளன. அதேபோல ஆங்கிலத்திலும், பிரெஞ்சிலும், இந்தியிலும், ரஷ்ய மொழியிலும் தேநீருக்கான வார்த்தை உருவாக்கப்பட்டுள்ளன. இதுபோலவே, சந்தோஷ் தேசாய் எனும் ஆய்வாளரின் கூற்றுப்படி ராம கதையும் மூன்று வெவ்வேறு பாதைகளைத் தேர்வு செய்து பல இடங்களுக்கும் பயணித்திருக்க வேண்டும்.

நிலப்பகுதி மூலமாக பஞ்சாப் மற்றும் காஷ்மீர் வழியாக சீனம், திபெத் மற்றும் கிழக்கு துர்க்கிஸ்தானுக்கும், கடல் மூலமாக குஜராத் மற்றும் தென்னிந்தியா வழியாக ஜாவா, சுமத்ரா மற்றும் மலேசியா போன்ற நாடுகளுக்கும், மீண்டும் நிலப்பகுதி மூலமாக கிழக்குத் திசையில் வங்கத்தில் இருந்து பர்மா, தாய்லாந்து மற்றும் லாவோஸ் நாடுகளுக்கும் சென்றிருக்கலாம். வியட்நாமும், கம்போடியாவும் தங்களுக்கான ராம கதையை ஜாவாவில் இருந்தும், இந்தியாவில் இருந்தும் எடுத்துக் கொண்டன.

❑

சமணத்தில் என்ன சொல்லப்படுகிறது?

சமண மதத்தில் உள்ள இராம கதையை எடுத்துப் பார்த்தால், அதில் கிஞ்சித்தும் இந்து சமய கருத்துகள் தென்படுவதில்லை. மாறாக, இந்துக்கள் அதிலும் குறிப்பாக பிராமணர்கள், தங்களின் இராமாயணத்தில் ராவணனைப் பற்றி அவதூறாக எழுதியுள்ளார்கள் எனவும், அதன் மூலம் அவனை வில்லனாகச் சித்தரிக்கப்பட்டுள்ளான் எனவும் சமண மத இராமாயணம் எடுத்தியம்புகிறது.

சமண இராமாயணம் சில கேள்விகளுடனேயே ராம கதையைத் தொடங்குகிறது: 'குரங்குகள் எப்படி ராவணனைப் போன்ற சக்திவாய்ந்த அரக்கர்களைக் கொல்ல முடியும்? ராவணனைப் போன்ற சமண மதத்தின் மதிப்பிற்குரியவர்கள் எவ்வாறு உயிர்களைக் கொல்பவனாகவும் ரத்த வெறி பிடித்தவனாகவும் இருக்க முடியும்? கொதிக்கும் எண்ணெயைக் காதில் ஊற்றியும், யானைகளால் மிதிக்கப்பட்டும், யுத்த எக்காளத்தை இசைத்தும் கும்பகர்ணனால் எப்படி வருடத்தில் ஆறு மாதங்கள் தொடர்ந்து தூங்க முடிந்தது? இந்திரனை எப்படி கைகள் கட்டி இலங்கைக்கு இராவணனால் இழுத்து வர முடியும்? இந்திரனை அப்படி யாரால் இழுத்து வர இயலும்? இவை எல்லாமே அதீத கற்பனைகளும் பொய்களுமே ஆகும்'.

இந்தக் கேள்விகளை மனதில் கொண்டு அரசன் ஸ்ரெனிகா, உண்மையான இராம கதையை அறியவும், தன் சந்தேகங்களைப் போக்கிக் கொள்வதற்காகவும் கௌதம முனிவரிடம் செல்கிறான். கௌதமரோ அவனிடம், 'சமண

ஞானிகள் என்ன சொல்கிறார்களோ அதை உனக்குச் சொல்கிறேன். இராவணன் அரக்கன் அல்ல. ரத்த வெறி பிடித்தவனும் அல்ல. இழிந்த சிந்தனை உள்ளவர்களும், முட்டாள்களும்தான் இந்தப் பொய்களைச் சொல்வார்கள்' என்கிறார். சொல்லிவிட்டு, தன்னுடைய பார்வையிலான ராம கதையை உரைக்கத் தொடங்குகிறார்.

விமலசூரி எழுதிய சமண இராமாயணம் என்று சொல்லப்படும் பவுமசரியா (பவுமசரியா என்ற பிராகிருத சொல்லுக்கு நிகரான சமஸ்கிருதச் சொல் பத்மசரிதா) வால்மீகி இராமாயணத்தில் உள்ள தவறுகளையும், இந்து மத அதீதங்களையும் ஏற்காமல் விலகியே நிற்கிறது.

இதர சமண மத புராணங்களைப் போலவே, இந்த இராமாயணமும், ப்ரதிபுராணாவாக அதாவது 'எதிர்' புராணமாக உள்ளது. 'ப்ரதி' என்பதற்கு 'எதிர்' என்பது பொருளாகும். இந்தச் சொல் சமண மதத்தில் பிரபலமான இணைச்சொல் ஆகும்.

சமணரான விமலசூரி ராம கதையை ராமனின் பிறப்பில் இருந்தோ அல்லது அவனது சிறப்புகளில் இருந்தோ தொடங்கவில்லை. மாறாக, ராவணனின் சிறப்பில் இருந்து தொடங்குகிறார். சமண மரபில் உள்ள '63 சலகபுருசர்கள்' அல்லது தலைவர்களில் ஒருவனாக இராவணன் இருக்கிறான். தன்னுடைய தவங்களின் மூலம் சிறந்தவனாகவும், கற்றவனாகவும், மந்திர சக்திகளைப் பெற்றவனாகவும் மட்டுமல்லாது, சமண குருக்களின் பக்தனாகவும் இருக்கிறான். அந்த குருக்களில் ஒருவரை மகிழ்விக்க, எந்த ஒரு பெண்ணையும் அவளின் விருப்பமில்லாது தான் தொடுவதில்லை என்ற சபதத்தையும் மேற்கொள்கிறான்.

ஒரு முறை, எதிரி நாட்டு அரசனின் யாருமே புக முடியாத கோட்டையை சுற்றி வளைக்கிறான் அவன். அந்த நாட்டின் அரசி அவன் மீது காதல் கொள்கிறாள். மேலும், அவனிடத்தில் தூதுவன் ஒருவனையும் அனுப்புகிறாள். அரசியின் துணையுடன் கோட்டைக்குள் புகுந்து எதிரியை வீழ்த்துகிறான். ஆனால், இராவணன் வெற்றி கொண்ட உடனே, அந்த நாட்டை அதன் அரசனுக்கே திருப்பித் தந்தது மட்டுமல்லாமல், அரசிக்கும் அறிவுரை கூறி அரசனிடம் சேர்ப்பிக்கிறான்.

இப்படியான ஒருவன், பிற்காலத்தில், தான் சீதா எனும் பெயருடைய ஒரு பெண்ணால் அழிந்து போவோம் என்பதை அறிந்து கலங்கி நிற்கிறான். சீதாவின் அழகில் மயங்கிய இராவணன் அவளைக் கடத்தி அவளை வெற்றி கொள்ளப் பார்க்கிறான். ஆனால் எல்லா முயற்சிகளுமே தோல்வியிலேயே முடிகின்றன. தனக்கான அழிவை அவனே தேடிக் கொண்டு யுத்தத்தில் மரணமடைகிறான். இந்த ராம கதையில், சீதாவின் மீதான அவன் மோகத்துக்கு எதிராக அவனின் சபதம் ஒன்றுமில்லாமல் போனது.

வேறு சில சமண இராமாயண மரபுகளில் சீதா அவனின் மகளாக இருக்கிறாள். எனினும், அவனுக்கு அது தெரியாது. ஆனால் விதியின் பகடையாட்டம், தன் மகளின் மீதே அவன் மோகம் கொள்கிறான். சீதாவின் பிறப்பு குறித்து அடுத்து வரும் பகுதியில் காண்போம்.

உண்மையில், நம்முடைய நவீன கண்களுக்கு, இராவணன் என்பவன் விபரீத மனிதனாகக் காட்சியளிக்கிறான். ஆனால் சமணர்கள் தங்களின் இராமாயணத்தைக் கூறும்போது, நமக்கு அவன் மேல் இறக்கம் உண்டாகிறது. இங்கு, இன்னொரு கலைக் கருத்தைச் சொல்லியாக வேண்டும்.

சமண மத சிந்தனையின் படி, எப்போதுமே நாயகனும், வில்லனும் பிறந்து கொண்டே இருக்கிறார்கள். அதை சமணர்கள், வசுதேவா (நாயகன்) என்றும், ப்ரதிவசுதேவா (வில்லன்) என்றும் அழைக்கிறார்கள். இந்த ஜோடி வரிசையில், லட்சுமணன் மற்றும் ராவணனுக்கு இது எட்டாவது பிறவியாகும்.

அவர்கள் இருவரும் ஒவ்வொரு பிறவியிலும் பிறந்து, யுத்தத்தில் ஏற்றத்தாழ்வுகளுடன் ஒருவருடன் ஒருவர் போரிட்டு, இறுதியில் வசுதேவன், அதாவது நாயகன் தன் எதிரியான 'ப்ரதி'யைக் கொல்கிறான். லட்சுமணன்தான் தன் உயிரை எடுக்க வந்தவன் என்பதை இறுதியில் அறிகிறான் இராவணன். ஆயினும், தன் நம்பிக்கையின்மையையும் மீறி, தன்னிடம் உள்ள மந்திர சக்திகளாலும், ஆயுதங்களாலும் போரிடுகிறான். இறுதிக்கட்டத்தில், தன் கையில் இருக்கும் சக்கரத்தை லட்சுமணனை நோக்கி வீசுகிறான். ஆனால் அது பலனளிக்கவில்லை. லட்சுமணன் என்று தெரிந்தவுடன் அந்தச் சக்கரம் திரும்பி ராவணனிடமே வந்து அவனது தலையைக் கொய்கிறது.

தமிழில்: ந.வினோத் குமார்

இங்கு, இந்து மத இராமாயணத்தில் சொல்லப்பட்டது போல, இராமன் ராவணனைக் கொல்லவில்லை. தன்னையே வெற்றி கொண்ட புனித சமண ஆன்மாவாக இருக்கும் ராமனுக்கு இதுவே கடைசிப் பிறப்பு. ஆகவே, எந்த ஓர் உயிரைக் கொல்வதில் இருந்தும் இராமன் விலகி நிற்கிறான். இதனால் லட்சுமணன் ராவணனைக் கொல்கிறான். அதன் காரணமாக லட்சுமணன் நரகத்திற்குச் செல்கிறான். இராமன் முக்தி பெறுகிறான்.

சமண பௌமசரியாவில், சமண ஆன்மிகத் தலங்கள், சமணத் துறவிகள் பற்றிய கதைகள் ஆகிய குறிப்புகள் அதிகமாகக் காணக் கிடைக்கின்றன என்பதை ஒருவர் சொல்லித்தான் அறிந்து கொள்ள வேண்டும் என்பதில்லை.

தவிரவும், இந்துக்களை விட சமணர்கள் தங்களை பகுத்தறிவுவாதிகளாகக் கருதிக் கொள்வதால் அதிசயிக்கத்தக்க ராமனின் பிறப்பு (சமண இராமாயணத்தில் ராமனும் அவனது சகோதரர்களும் மற்ற எல்லா சாதாரண மனிதர்களைப் போலவே பிறக்கிறார்கள்) முதற்கொண்டு அதீதமான, ரத்த வெறி கொண்ட பகுதிகள் அனைத்தையும் கவனமாகத் தவிர்க்கிறார்கள்.

பத்து தலை இராவணன் என்பதைக் கூட சமணர்கள் பகுத்தறிவோடு அணுகுகிறார்கள். இராவணன் பிறந்தபோது அவனது தாய் அவனுக்கு நவரத்தின மாலை ஒன்றை அணிவிக்கிறாள். அந்த நவரத்தினங்களிலும், ராவணனின் முகம் பிரதிபலித்தது. எனவே, அவன் தசமுகன் அல்லது பத்து தலையன் என்று அழைக்கப்படுகிறான். இந்த இராமாயணத்தில் வரும் குரங்குகள் கூட குரங்குகள் அல்ல. மாறாக, அவர்கள் 'வித்யாதரர்' என்றழைக்கப்படும் விண்ணகத்தைச் சேர்ந்தவர்கள் ஆவர். மேலும், அந்தக் குரங்குகள் அவற்றின் பெரியப்பா வழி ராவணனின் உறவினர்கள் ஆவர். தங்கள் கொடியில் குரங்கு சின்னத்தைக் கொண்டிருந்ததால், அவை 'வானரங்கள்' என்று அழைக்கப்பட்டன.

❑

எழுத்தில் இருந்து வாய்மொழிக் கதைக்கு

தென்னிந்திய இராமாயண வகைகளில் ஒன்றை இப்போது பார்ப்போம். இந்த வகையில், ராம கதை துண்டு துண்டாகச் சொல்லப்படுகிறது. உதாரணத்துக்கு, கன்னடத்தில் சீதாவின் பிறப்பு, அவளின் திருமணம், அவள் கற்பைப் பரிசோதித்தல், அவள் நாடு கடத்தப்படுதல், லவகுச சகோதரர்களை ஈன்றெடுத்தல், ராமனுடனான அச்சிறுவர்களின் யுத்தம் என இதுபோன்ற பல சம்பவங்கள் அனைத்தும் ஆங்காங்கே சிதறிக் கிடக்கும்.

ஆனால் பாணர் மரபில் (தம்புரி தாசய்யர்கள்) நமக்கு முழு ராம கதை கிடைக்கிறது. பாணர் ஒருவர் இரண்டிரண்டு வரிகளாக ராம கதையைப் பாட, அதே வரிகள் தன் குழுவால் மீண்டும் பாடப்படும். பின் வரும் உரையாடலுக்கு ராமே கௌடா, பி.கே.ராஜசேகரா மற்றும் எஸ்.பசவய்யா ஆகியோருக்கு நான் நன்றிக்கடன் பட்டிருக்கிறேன்.

இந்த நாட்டார் பாடல், தீண்டத்தகாத பாணர் ஒருவரால் பாடப் பெறுகிறது. இந்த ராம கதை, இராவணன் (இங்கு ராவுலா) மற்றும் அவன் மனைவி மண்டோதரி ஆகியோரைக் கொண்டு தொடங்குகிறது. அவர்களுக்குக் குழந்தையின்மையால் அவர்களிடம் மகிழ்ச்சி இல்லை. ஆகவே இராவணன் காட்டிற்குச் சென்று அங்கு தன் உடலில் இருந்து ரத்தம் வரும் வரை அங்கப் பிரதட்சனம் செய்தல் போன்ற தன்னைத் தானே வருத்திக்கொள்ளும் தவ காரியங்களில் ஈடுபடுகிறான்.

தமிழில்: ந.வினோத் குமார் ● 51

இவனுடைய தவத்தைப் பார்த்த சிவன், யாசகனாக வேடம் பூண்டு ராவணனிடம் வருகிறான். அவனிடம், ஒரு மாம்பழத்தைக் கொடுத்து அதை மண்டோதரியுடன் எப்படி பங்கிட்டுக் கொள்வான் என்று கேட்கிறான் சிவன். அதற்கு இராவணன், 'பழத்தை என் மனைவியிடம் கொடுத்துவிட்டு அதிலிருக்கும் விதையை மட்டும் நான் எடுத்துக் கொள்வேன்' என்கிறான். ஆனால் சிவனுக்கோ சந்தேகம். எனவே, ராவணனிடம், 'நீ புறமொன்று சொல்கிறாய். ஆனால் உள்ளே விஷத்தை வைத்திருக்கிறாய். நீ எனக்கு உண்ண வெண்ணெய் தருகிறாய். ஆனால் அதன் பொருள் வேறாக இருக்கிறது. நீ என்னிடம் பொய் உரைத்தால், அதற்கான பலனை நீயே அனுபவிப்பாய்' என்கிறான். இதன் மூலம், இராவணன் உள்ளொன்று வைத்துப் புறமொன்று பேசுபவன் என்பதைச் சொல்கிறார் பாணர்.

இராவணன் அந்தக் கனியை அரண்மனைக்கு எடுத்துச் செல்கிறான். கையில் கனியைப் பார்த்தவுடன் அகமகிழ்ந்து போகிறாள் மண்டோதரி. சிவனுக்குச் செய்ய வேண்டிய பூஜைகளை முடித்து விட்டு அந்தக் கனியைப் பங்கிட நினைக்கிறான் இராவணன். அப்போது அவன், 'மண்டோதரி பசியுடன் இருப்பதால் இந்தக் கனியை அவளிடம் கொடுத்தால் அவள் வயிறு நிறைந்துவிடும். நான் பட்டினி கிடக்க வேண்டும்' என்று எண்ணியவன், உடனே பழத்தின் சதையை விழுங்க ஆரம்பிக்கிறான். மண்டோதரிக்கு விதையை மட்டும் தருகிறான். அவள் அதை வீசி எறிந்துவிட அது ஒரு மாமரமாக வளர ஆரம்பிக்கிறது.

இராவணன் பழத்தை உண்டுவிட்டதால் அவன் கர்ப்பமடைகிறான். ஒவ்வொரு நாளும் ஒவ்வொரு மாதமாக அவன் வாழ்நாள் கழிகிறது. அதை பாணர் இப்படிப் பாடுகிறார்:

முதலாம் நாள் அது முதலாம் மாதம், ஓ சிவா
இரண்டாம் நாள் அது இரண்டாம் மாதம் ஓ சிவா
உலகிற்கு நான் எப்படி தலைகாட்டுவேன் ஓ சிவா
மூன்றாம் நாள் அது மூன்றாம் மாதம்
உலகில் நான் எப்படி நடமாடுவேன் ஓ சிவா
நான்காம் நாள் அது நான்காம் மாதம்

இதை எப்படித் தாங்கிக் கொள்வேன் ஓ சிவா
ஐந்தாம் நாள் அது ஐந்தாம் மாதம்
எனக்குத் துன்பத்தை அளித்தாய் ஓ சிவா
என்னால் முடியவில்லை, முடியவில்லை ஓ சிவா
எப்படி நான் வாழ்வேன்; அழுதான் ராவுலன் துன்பத்தில்
ஆறாம் நாள், அவன் ஆறு மாதம் கடந்தான் தாயே
ஏழாம் நாள் அது ஏழாம் மாதம்
அவமானம் ராவுலனுக்கு இது ஏழாம் மாதம்
எட்டாம் மாதமும் வந்தது ஓ சிவா
இப்போது ராவுலன் ஒன்பதாம் மாதம்
அவன் தயாரான போது அவள் பிறந்தாள்
சீதா பிறந்தாள் அவன் நாசி வழியே
அவன் தும்மியபோது அவள் பிறந்தாள்
அதனால் அவளுக்குப் பெயர் சீதாம்மா

(கன்னட மூலம் கௌடா 1973. ஆங்கில மொழிபெயர்ப்பு:
ஏ.கே.ராமானுஜன். தமிழ் மொழிபெயர்ப்பு: ந.வினோத் குமார்)

கன்னடத்தில் 'சீதா' என்ற வார்த்தைக்கு 'அவன் தும்மினான்' என்ற பொருள் உண்டு. அவன் தும்மியபோது அவள் பிறந்ததினால் அவளுக்குப் பெயர் சீதா. கன்னட நாட்டார் சொல்லிலக்கணம் மூலம், இவ்வாறாக சீதாவுக்குப் பெயர் சூட்டப்பட்டுள்ளது.

இதேபோல சமஸ்கிருதத்தில், அரசன் ஜனகன் சீதாவை வரப்பில் இருந்து எடுத்ததால், அவளுக்கு சீதா என்று பெயர் சூட்டப்பட்டது. சமஸ்கிருதத்தில் 'சீதா' என்ற சொல்லுக்கு 'வயல் வரப்பு' என்ற பொருள் உண்டு.

சீதா பிறந்தவுடன், ராவுலன் ஜோதிடர்களிடம் செல்கிறான். சிவனிடம் அளித்த வாக்குறுதியை அவன் நிறைவேற்றாததால் அவனுக்கு பெரும் தண்டனை கிடைக்கப் போகிறது என்று அவர்கள் சொல்கிறார்கள். அதனால் அந்தக் குழந்தைக்கு உணவும், உடையும் கொடுத்து வேறு இடத்தில் வைத்துவிட்டு வந்துவிடு. அக்குழந்தையை வேறு ஒரு தம்பதி எடுத்து வளர்க்கும் என்று அந்த ஜோதிடர்கள் அவனுக்கு ஆலோசனை கூறுகிறார்கள். இராவணன் அக்குழந்தையை ஜனகனின் தோட்டத்தில் வைத்துவிடுகிறான்.

இப்படியாக, சீதாவின் பிறப்பு குறித்துப் பாடிய பிறகுதான் அந்தப் பாணர், ராம லட்சுமண பிறப்பு பற்றியும் அவர்களின் சாகசங்கள் பற்றியும் பாடுகிறார். அதற்குப் பிறகு சீதாவின் திருமணம் குறித்து நீண்ட பகுதி ஒன்று வருகிறது. கனமான வில்லைத் தூக்கி நாண் ஏற்றும் போட்டியில் ராவுலன் கலந்து கொள்கிறான். ஆனால் முடியாமல் தோல்வியடைகிறான். இராமன் அந்த வில்லைத் தூக்கி சீதாவை மணமுடிக்கிறான். அதன் பிறகு ராவுலன் சீதாவைக் கடத்துகிறான். இராமன் இலங்கையைச் சுற்றி வளைக்கிறான். தன் வானர நண்பர்களின் உதவியோடு சீதாவை மீட்கிறான். முடிசூடுகிறான்.

பின்னர், சீதாவின் கற்பு விசாரணைக்குத் திரும்புகிறார் பாணர். அவள் அவமானப்படுத்தப்பட்டு நாடு கடத்தப்படுகிறாள். எனினும், அவள் இரண்டு ஆண் மகவுகளை ஈன்று அவர்களைப் போர் வீரர்களாக வளர்க்கிறாள். அவர்கள் ராமனின் அஸ்வமேத யாகக் குதிரையைக் கட்டி வைக்கிறார்கள். அந்தக் குதிரைக்குப் பாதுகாப்பாக இருக்கும் படைகளைத் துரத்தியடிக்கிறார்கள். இறுதியில் பெற்றோரைச் சேர்த்து வைக்கிறார்கள்.

இந்த வாய்மொழி இராமாயணத்தில் கதையும், காட்சிகளும் வேறாக இருக்கின்றன. சீதாவைச் சுற்றிய பாணரின் பாடல்களும் காட்சிகளும் கதைகளுமே அழுத்தமாக அமைந்திருக்கின்றன. ராம லட்சுமண பிறப்பு, ராவணனுடனான யுத்தம் போன்றவற்றுக்குச் சமமாக சீதாவின் வனவாசம், பிரசவம், கணவனுடன் மீண்டும் இணைதல் போன்றவையும் பாடப்படுகின்றன.

மேலும், இராவணன் எனும் ஆணுக்குப் பிறந்த சீதாவின் இயற்கைக்கு மாறான பிறப்பு பல புதிய சிந்தனைகளை முன்வைக்கிறது. இந்திய இலக்கியத்தில் பரவலாகக் காணப்படுவது போல இங்கும் ஆண் என்பவன் பெண்ணின் பிறப்புறுப்புக்கும் குழந்தைப்பேறுக்கும் ஆசைப்படுகிறான். மற்றும் மகள்கள் மீது மோகம் கொள்கிற தந்தையர் எனும் இந்தியத்தன்மை இதில் வெளிப்படுகிறது. தவிர, இங்கு மகளே தன் தந்தையின் மரணத்திற்கும் காரணமாகிறாள்.

ராவணனின் மகள்தான் சீதா எனும் கலைக்கருத்து வேறு இராமாயணங்களில் இல்லாமல் இல்லை. சமண மத ராம கதை மரபு ஒன்றிலும் (உதாரணத்துக்கு, வாசுதேவஹிம்தி)

மற்றும் கன்னட, தெலுங்கு நாட்டார் பாடல்களிலும் மற்றும் பல தென்கிழக்கு ஆசிய இராமாயணங்களிலும் காணக் கிடைக்கின்றன.

சில இராமாயணங்களில், இராவணன் தன் சிறுவயதில் ஓர் இளம்பெண்ணை வன்கொடுமை புரிகிறான். இதனால் கோபமடைந்த அந்தப் பெண், தான் அடுத்த பிறவியில் அவனின் மகளாகப் பிறந்து அவனை அழிப்பேன் என்று சபதமேற்கிறாள். இவ்வாறாக, வால்மீகி இராமாயணத்தில் காணக் கிடைக்காத கதைகளும், காட்சிகளும் வாய்மொழி பாணர் மரபில் கிடைக்கின்றன.

❏

தென்கிழக்கு ஆசியாவில் இருந்து ஓர் உதாரணம்

இந்தியாவை விட்டு வெளியேறி நாம் தென்கிழக்கு ஆசியாவுக்கு சென்றால், திபெத், தாய்லாந்து, பர்மா, லாவோஸ், கம்போடியா, மலேசியா, ஜாவா மற்றும் இந்தோனேசியா ஆகிய நாடுகளில் இருந்து வெவ்வேறுவிதமான ராம கதைகளைக் காண முடியும்.

இங்கு நாம் தாய்லாந்து நாட்டின் ராமகீர்த்தி (இராமாயணம்) பற்றி பார்ப்போம். ராம கதையைப் போல தாய்லாந்து மக்களின் வாழ்வில் அதிக தாக்கத்தை ஏற்படுத்திய இந்து மத ஆதாரம் வேறு எதுவுமில்லை என்கிறார் ஆய்வாளர் சந்தோஷ் தேசாய்.

தாய்லாந்து மக்கள் வழிபடும் புத்த மத கோயில்களில் செதுக்கப்பட்டுள்ள சிற்பங்கள், வரையப்பட்டுள்ள ஓவியங்கள், அவர்கள் இயற்றும் நாடகங்கள், பாடல்கள் என அனைத்துமே ராம கதையை மறு உருவாக்கம் செய்கின்றன.

தவிர, பிற்காலங்களில் 'அரசன் இராமன்' என்று பெயர் தாங்கிய மன்னர்கள் தாய்லாந்து மொழியில் இராமாயணத்தை இயற்றினர். முதலாம் அரசன் இராமன், ஐம்பதாயிரம் பாடல்கள் மூலம் இராமாயணத்தை இயற்றினார்; இரண்டால் அரசன் இராமன், நாட்டியக் கலைக்காக இராமாயணத்தில் புதிய பகுதிகளைச் சேர்த்தார்; ஆறாம் அரசன் இராமன், வால்மீகி இராமாயணத்தில் இருந்து சில பகுதிகளை எடுத்து தாய்லாந்து இராமாயணத்தில் அவற்றைப் புதிய பகுதிகளாகச் சேர்த்தார்.

லோப்பூரி (சமஸ்கிருதத்தில் லவபுரி), கித்கின் (சமஸ்கிருதத்தில் கிஷ்கிந்தை) மற்றும் அயுத்தியா (சமஸ்கிருதத்தில் அயோத்தியா) போன்ற தாய்லாந்தில் உள்ள இடங்களும், கெமர் மற்றும் தாய் கலை ஆகியவற்றின் மிச்சங்களும் ராம புராணத்துடன் தொடர்புடையவை ஆகும்.

மனிதர், அரக்கர் மற்றும் வானரங்கள் ஆகிய மூன்று வகையான கதாபாத்திரங்களின் பிறப்புக்களைக் கொண்டுதான் தாய் ராமகீர்த்தி அல்லது ராமகதை தொடங்குகிறது. இது முதல் பகுதி ஆகும்.

இரண்டாம் பகுதியில் ராம சகோதரர்கள் அரக்கர்களுடன் போரிடுவது, ராமனின் திருமணம் மற்றும் வனவாசம், சீதா கடத்தப்படுதல் மற்றும் இராமன் வானரங்களைச் சந்திப்பது ஆகியவை அடங்குகின்றன. மேலும் அதில் யுத்தத்திற்கான தயாரிப்புப் பற்றியும், இலங்கைக்குச் சென்று அங்கு அனுமன் தீ வைத்தல், கடல் மீது பாலம் கட்டுதல், இலங்கையை முற்றுகை யிடுதல், இராவணன் வீழ்தல் மற்றும் ராமனும் சீதையும் மீண்டும் இணைதல் ஆகியவையும் சொல்லப்படுகின்றன.

மூன்றாம் பகுதியில் இலங்கையை மீண்டெழச் செய்வதும், அங்கு ஆட்சி நடத்த தன் இரண்டு சகோதரர்களை இராமன் நியமிப்பதும் சொல்லப்படுகின்றன. தவிர, சீதையின் வனவாசம் குறித்தும், அவளுக்குப் பிறக்கும் இரு குழந்தைகள் பற்றியும், அவர்கள் ராமனுடன் நடத்தும் யுத்தம் குறித்தும், பூமிக்குக் கீழே சீதா சென்றுவிடுவதும், மீண்டும் ராமனும் சீதையும் இணைவது குறித்தும் சொல்லப்படுகின்றன.

இதில் வரும் பல சம்பவங்கள் வால்மீகி இராமாயணத்தை ஒத்திருப்பதைப் போலத் தோன்றினாலும் நிறைய வேறுபாடுகள் இருக்கின்றன. உதாரணத்துக்கு, தென்னிந்திய நாட்டார் இராமாயணத்தைப் போன்று (சில சமண, வங்காள மற்றும் காஷ்மீரக இராமாயணங்களிலும்) சீதாவின் வனவாசம் புதுவிதமான நாடகத்தன்மையுடன் கூறப்பட்டுள்ளது.

சூர்ப்பனகையின் (பல காலத்துக்கு முன் ராம லட்சுமண சகோதரர்களால் மூளியாக்கப்பட்ட அரக்கி) மகள், தன்னுடைய அன்னை மூளியாக்கப்பட்டதற்கு சீதாதான் காரணம் என்று

கருதி அவளைப் பழிதீர்க்க முடிவெடுக்கிறாள். அதனால் அவள் வேலைக்காரி வேடம் பூண்டு அயோத்தியில் உள்ள சீதாவின் மாளிகைக்கு வருகிறாள். அங்கு சீதாவின் உணர்வுகளைத் தூண்டி அவளை ராவணனின் உருவத்தை வரையச் செய்கிறாள். அந்த ஓவியம் நிலையானதாக இருக்கிறது (சில இராமாயணங்களில், அந்த ஓவியம் உயிர் பெற்று சீதாவின் படுக்கையறைக்குள் நுழைந்துவிடுகிறது).

இந்த ஓவியம் ராமனின் கவனத்தைக் கவர்கிறது. இதனால் பொறாமை கொண்ட இராமன் சீதாவைக் கொல்ல ஆணை யிடுகிறான். ஆனால் பாசம் மிகுந்த லட்சுமணனோ அவளை உயிருடன் ஒரு வனத்தில் கொண்டுபோய் விடுகிறான். தவிர, அவளைக் கொன்றதாக ராமனிடம் ஒரு மானின் இதயத்தை அவளின் இதயமாகச் சொல்லிக் காட்டுகிறான்.

ராமனும் சீதாவும் மீண்டும் இணைகிற சம்பவங்கள் கூட புதுமையாகக் கையாளப்பட்டுள்ளன. சீதா உயிருடன் இருக்கிறாள் என்பதை அறிந்ததும், தான் இறந்துவிட்டதாக அவளுக்குச் செய்தி அனுப்பி அவளை அயோத்திக்கு வரவழைக்கிறான் இராமன். அவளும் வேகமாகச் செல்கிறாள். அங்கு இராமன் உயிருடன் இருப்பதைப் பார்த்துத் தன்னை ஏமாற்றிவிட்டதாக சீதா கோபம் கொள்கிறாள். ஆகவே, பூமாதேவியை வேண்டிக் கொண்டு அவள் பூமிக்கு அடியில் சென்றுவிடுகிறாள். அவளை அழைத்து வர அனுமன் செல்கிறான். ஆனால் அவள் மறுக்கிறாள். இறுதியில் சிவபெருமான்தான் ராமனையும் சீதாவையும் சேர்த்து வைக்கிறார்.

இந்த தாய்லாந்து இராமாயணத்தில், சமண மற்றும் சில தென்னிந்திய நாட்டார் பாடல்களைப் போலவே சீதாவின் பிறப்பு வால்மீகி இராமாயணத்தில் இருந்து வேறுபட்ட ஒன்றாக உள்ளது.

தசரத மகாராஜா குழந்தை பாக்கியம் வேண்டி புத்ரகாமேஷ்டி யாகத்தை மேற்கொள்ளும் போது, அதற்குப் பலனாக அரிசி உருண்டை ஒன்று கிடைக்கிறது. ஆனால் வால்மீகி இராமாயணத்தில் அது அரிசி பாயாசமாக உள்ளது. இந்த அரிசி உருண்டையில் இருந்து சில அரிசிகளை காகம் ஒன்று எடுத்துச் சென்று ராவணனின் மனைவியிடம் தருகிறது.

அதை உண்ட அவள் சீதாவை ஈன்றெடுக்கிறாள். 'இந்தக் குழந்தை உனக்கு அழிவைத் தரும்' என்று ஓர் அசரீரி ராவணனிடம் சொல்ல அதை அவன் கடலில் வீசுகிறான். ஆனால் கடல்தேவி அவளைக் காப்பாற்றி ஜனகரிடம் தருகிறாள்.

மேலும், இராமன் விஷ்ணுவின் அவதாரமாகவே இருந்தாலும் கூட, தாய்லாந்தில், அவர் சிவபெருமானுக்கு அடுத்த நிலையில்தான் உள்ளார். பெரும்பான்மையாக, இராமன் என்பவன் ஒரு மனித வடிவிலான கதாநாயகனாகவே அங்கு கருதப்படுகிறான். தவிர, அங்குள்ள மக்கள் ராமகீர்த்தியை ஒரு சமய இலக்கியமாகவோ அல்லது தங்களுக்கு முன் மாதிரியாகக் கொள்ள வேண்டிய மிகச்சிறந்த இலக்கியமாகவோ கருதுவதில்லை.

சீதா கடத்தப்படுதல் மற்றும் யுத்த பகுதிகளைத்தான் தாய்லாந்து மக்கள் அதிகம் விரும்புகிறார்கள். இந்து இராமாயணத்தில் இதயமாகக் கருதக் கூடிய ராம சீதா பிரிவு மற்றும் இணைதல் ஆகியவை அங்கு அவ்வளவாக முக்கியத்துவம் பெறுவதில்லை. மாறாக, யுத்தம் குறித்தும், போர் உத்தி குறித்தும் மற்றும் சக்தி வாய்ந்த போர்க் கருவிகளைக் குறித்துமேயான செய்திகளும், பகுதிகளுமே அதிகம் முக்கியத்துவம் பெறுகின்றன.

வேறு எந்த இராமாயணத்தைக் காட்டிலும், இங்கு யுத்தகாண்டம் மிக நீண்டதாக உள்ளது. ஆனால் அதே யுத்தகாண்டம் கன்னட பாணர் பாடலில் முக்கியத்துவமற்றதாக உள்ளது. முந்தைய தாய்லாந்து வரலாறு யுத்தங்களால் நிறைந்ததாக இருக்கிறது. அன்றைய மக்களுக்கு உயிர் வாழ்தலே மிக முக்கியமானதாக இருந்தது. ஆகவே, யுத்தகாண்டம் இங்கு முக்கியத்துவம் பெறுகிறது என்கிறார் ஆய்வாளர் தேசாய்.

தவிர, தாய்லாந்து ராமகீர்த்தி குடும்ப விழுமியங்களுக்கோ ஆன்மிகத்துக்கோ முக்கியத்துவம் தருவதில்லை. தாய்லாந்து மக்களுக்கு ராமனைக் காட்டிலும் அனுமனே விருப்பத்துக்குரியவனாக இருக்கிறான். இந்து இராமாயணத்தில் சித்தரிக்கப்பட்டுள்ளதைப் போல பிரம்மச்சாரியாகவும் அல்லாமல், பக்திமானாகவும் அல்லாமல் தாய்லாந்து ராமகீர்த்தியில் அனுமன் பெண்களுக்கான ஒருவனாக உள்ளான்.

இலங்கையின் படுக்கையறைகளை எட்டிப் பார்ப்பதிலோ அல்லது இன்னொருவனின் மனைவி உறங்குவதைப் பார்ப்பதிலோ எந்தவிதமான ஒழுக்கக்குறைவும் இல்லை என்பவனாக இங்கு அனுமன் இருக்கிறான்.

ராவணனும் இங்கு வித்தியாசப்படுகிறான். ராவணின் வளங்களையும், அறிவையும் மிகவும் புகழ்கிறது தாய்லாந்து ராமகீர்த்தி. சீதாவை அவன் கடத்தும் பகுதி, அங்கு காதலால் உந்தப்பட்ட ஒரு செயலாகவே பார்க்கப்படுவதுடன், வாசகனின் இரக்கத்துக்கும் ஆளாகிறான். ஒரு பெண்ணுக்காக, தன் குடும்பம், தன் ராஜ்ஜியம், தன் உயிர் ஆகியவற்றை இழந்த இராவணன் தாய்லாந்துக்காரர்களின் மனதில் ஒரு தியாகியாகவே நிற்கிறான். இராவணன் இறக்கும்போது அவன் சொல்கிற வார்த்தைகள் 19-ம் நூற்றாண்டில் பாங்காக்கில் உள்ள கோயில் ஒன்றில் காதல் கவிதையாகப் பொறிக்கப்பட்டுள்ளன.

வால்மீகி இராமாயணக் கதாபாத்திரங்கள் போல் அல்லாது, தாய்லாந்து ராமகீர்த்தியில் வரும் கதாபாத்திரங்கள் மனிதர்களுக்கு உள்ள நல்லதும் கெட்டதும் கொண்ட, தவறு செய்யக்கூடியவர்களாக இருக்கிறார்கள். இங்கு ராவணனின் வீழ்ச்சி சோகத்தை ஏற்படுத்துகிறது. வால்மீகி இராமாயணத்தில் காணப்படுவதைப் போல கொண்டாட்டத்துக்கு உரியதாக இல்லை ராவணனின் வீழ்ச்சி.

❏

வகை மாதிரிகளின் வித்தியாசம்

ஆகவே, சமஸ்கிருதத்தில் வால்மீகி சொன்ன இராமாயணம் மட்டுமே நம்மிடத்தில் இல்லை. மாறாக, வேறு வேறு நபர்கள் இயற்றிய வேறு வேறு இராமாயணங்கள் பலப் பல வித்தியாசங்களுடன் நம்மிடையே இருக்கின்றன. நாம் இதுவரை கடந்து வராத சில வித்தியாசங்களை உங்கள் முன் வைக்கிறேன்.

உதாரணத்துக்கு, சமஸ்கிருதம் மற்றும் இதர இந்திய மொழிகளில் உள்ள இராமாயணங்களில் இரண்டு முடிவுகள் உள்ளன. ஒன்றில், ராமனும் சீதையும் பிரிவுக்குப் பின் மீண்டும் ஒன்றாக இணைந்து முடிசூட்டிக் கொண்டு நாட்டை ஆள்கிறார்கள்.

பல சமயங்களில் வால்மீகி மற்றும் கம்ப இராமாயணத்தில் பிற்காலத்தில் சேர்க்கப்பட்டவை என்று கருதப்படும் இன்னொரு முடிவில், ராவணனின் வனத்தில் இருந்த பெண்தானே சீதா எனும் அவதூறை இராமன் கேட்கிறான். இதனால் அரசனுக்குரிய தன் நற்பெயரை (அனேகமாக அரசனுக்குரிய நம்பகத்தன்மை என நாம் கொள்ள வேண்டும் என நினைக்கிறேன்) காப்பாற்றிக் கொள்ளும் வகையில் சீதாவை வனவாசத்துக்கு அனுப்புகிறான். அங்கு அவளுக்கு இரண்டு மகன்கள் பிறக்கிறார்கள். அவர்கள் வால்மீகியின் ஆசிரமத்தில் வளர்கிறார்கள். அவர் மூலம் இராமாயணத்தைக் கற்கிறார்கள். யுத்த முறைகளைக் கற்கிறார்கள். ராமனின் படைகளை வெல்கிறார்கள். அவர்கள் இருவரும் யாரென்று அறியாமல் இராமன் திகைக்கும் போது, லவனும் குசனும் இராமாயணத்தைப் பாடுகிறார்கள்.

தமிழில்: ந.வினோத் குமார் ✸ 61

இந்த இரண்டு முடிவுகளுமே இராமாயணத்துக்குப் புதிய வடிவம் தருகின்றன. முதல் முடிவு, வனவாசம் முடிந்து திரும்புதலையும், அவர்கள் முடிசூட்டிக் கொள்வதையும், அமைதியையும் கொண்டாடுகிறது. இரண்டாம் முடிவிலோ, இராமன் சீதாவின் சந்தோஷம் மிகக் குறுகிய காலமாக இருக்கிறது. அதற்குப் பிறகு அவர்கள் மீண்டும் பிரிகிறார்கள். ஒருவருக்கொருவர் விருப்பமானவர்களைப் பிரிப்பதுதான் மைய கருத்தாக இதில் உள்ளது.

இந்த இரண்டாம் முடிவு ஒரு துன்பியல் நாடகமாக சித்தரிக்கப்படுகிறது. ஜனகரால் வரப்பில் இருந்து கண்டெடுக்கப்பட்ட சீதா, தனக்கு நேர்ந்த தாங்க முடியாத துயரத்தால் மீண்டும் மண்ணுக்குள்ளேயே செல்கிறாள். அதாவது அவள் எங்கிருந்து வந்தாளோ அதே இடத்திற்குத் திரும்புகிறாள்.

இது, ரோமானியக் கடவுளான புரோஸர்பின், பாதாள உலக அரசனால் கடத்தப்படுவது எனும் புராணத்தின் நிழலை ஒத்ததாக உள்ளது. சீதா ஒரு விதையைப் போலவும், தன் கார்மேக வண்ண உடலால் இராமன் மழையைப் போலவும், கிரேக்க புராணத்தில் புரோஸர்பினை பாதாள உலகிற்குக் கடத்திச் செல்லும் புளூட்டோவைப் போன்று சீதாவை இருட்டு உலகிற்குக் கடத்துபவனாக தென் பகுதியில் (மரணத்தின் இருப்பிடமாக தெற்கு உள்ளது) இராவணன் உள்ளான்.

பாதாள உலகிலிருந்து மீண்டும் பூமிக்கு வருவதற்கு முன் சீதா புனிதமடைந்து உயிர்த்தெழுகிறாள். இப்படியொரு புராணத்தை அப்பட்டமான உருவகக் கதை என்று ஒதுக்கிவிட முடியாது. இதில் பல குறிப்புகளுடன் உள்ளடங்கிய வேறு சில கதைகளும் ஒளிந்திருக்கின்றன. வளம் மற்றும் மழை சார்ந்த விவரனங்களை கவனியுங்கள்.

சிவபெருமானைப் போன்ற முனிகளுக்கு நிகரான இராமன் (அகலிகைப் படலத்தில் கம்பன் விளக்கியுள்ளான்), அவன் முன்னோர்கள் கங்கை நதியை அயோத்தியின் சமவெளிகளுக்குக் கொண்டு வந்து அங்குள்ள வறண்ட நிலங்களுக்கு மீண்டும் உயிரூட்டினர். அதேபோல ருஷ்யசிருங்கர் எனும் முனி, பெண் ஒருத்தியால் கவரப்பட்டு, லோமபாதா

ராஜ்ஜியத்துக்கு மழையைக் கொண்டு வருகிறார். அவரே, தசரதன் மேற்கொள்ளும் புத்ரகாமேஷ்டி யாகத்துக்குத் தலைமை தாங்குகிறார். இப்படியான பல கதைகளை உள்ளடக்கியிருக்கும் இந்தப் புராணம் முழுக்க இயற்கை குறித்துப் பல செய்திகள் வந்து கொண்டே இருக்கின்றன. சீதாவைத் தேடும்போது ராமனுக்கு எவ்வாறு பறவைகளும் விலங்குகளும் உதவி செய்கின்றன என்பதைப் பார்த்தால் இந்த விஷயம் விளங்கும்.

பறவைகளும், வானரங்களும் அவற்றின் இருப்பும் வால்மீகி இராமாயணத்தில் நிஜமானதாகவும், கவிதையின் அழகுக்காக அவை தேவையாகவும் இருந்தன. ஆனால் சமணப் பார்வையில் இது அதீதமாகத் தென்படுகிறது. மேற்கண்ட இரண்டு முடிவுகளும், கதையின் வேறு பல அம்சங்களை எடுத்துக்காட்ட, ஒவ்வொரு முடிவுக்கு ஏற்றாற் போல் கவித்துவ நிலைப்பாடும் மாறுகிறது.

இந்த முடிவுகளைப் போலவே, வேறு வேறு இராமாயணங்களில் கூறப்பட்டுள்ள விதவிதமான தொடக்கங்களைப் பற்றியும் பல வித்தியாசங்களை ஒருவர் முன்வைக்கலாம். வால்மீகி தன் இராமாயணத்தைத் தொடங்கும்போது, தன்னைப் பற்றி அறிமுகப்படுத்திக் கொண்டே தொடங்குகிறார்.

ஒரு ஜோடி காதல் பறவைகளில் ஒன்றை ஒரு வேடன் கொன்றுவிடுகிறான். பெண் பறவை இறந்துபோன அந்த ஆண் பறவையின் உடலைச் சுற்றிச் சுற்றி வந்து அழுகிறது. இது வால்மீகியைத் துயருறச் செய்கிறது. இதனால் கோபமடைந்த அவர், வேடனை சபிக்கிறார். கன நேரத்துக்குப் பிறகு தன்னுடைய சாபம் ஒரு பாடலின் வரியைப் போல வந்து விழுந்ததை நினைத்து ஆச்சர்யப்பட்டார். உடனே அவருடைய சோகம் ஸ்லோகமாக மாறியது. அந்த நிமிடத்தில் ராம சாகசங்களைக் கூறும் ஒரு முழுமையான காப்பியத்தை எழுத முனைகிறார்.

இயற்கையாக ஏற்படும் உணர்ச்சி ஒன்றின் அழுத்தத்தால் மனிதர்களிடமிருந்து அந்த அழுத்த உணர்ச்சியின் சாரத்தைப் பிரதிபலிக்கிற ஒரு கலை வடிவம் வெளிப்படும், என்று பிற்கால கவிதையியலில், கவித்துவ வெளிப்பாட்டுக்கு ஓர் உதாரணமாக இந்தச் சம்பவம் மாறியது.

தமிழில்: ந.வினோத் குமார்

இந்தச் சம்பவத்தை வால்மீகி தன் இராமாயணத்தில் தொடக்கமாக வைத்ததால், அதை வாசிக்கும் ஒருவருக்கு இயல்பாகவே அழகுணர்ச்சி சார்ந்த சுய விழிப்புணர்வு ஏற்படுகிறது. பறவையின் இறப்பும் அதனால் ஏற்பட்ட பிரிவும் ராம கதையை உருவாக்குவதில் வழிகாட்டும் கலைக்கூறாக இருக்கின்றன என்றும் ஒருவர் சொல்லலாம்.

இராமாயணத்தில் சில கடினமான சமயங்களில் கொல்லப்படும் ஒரு மிருகம் தொடர்ந்து ஒரே தாளத்தில் சத்தம் எழுப்புவதையும் ஒருவர் கவனித்திருக்கலாம். யானை என்று நினைத்து குளத்தில் நீர் அருந்தும் (நீர் அருந்தும்போது யானையின் பிளிறலைப் போன்று சத்தம் எழும்புகிறது) ஓர் இளம் துறவியை தசரதன் கொல்வதால் அவர் ராமனைப் பிரியும் சாபத்துக்கு ஆளாகிறார். பொன்மான் ஒன்றை இராமன் துரத்திச் சென்று கொல்லும்போது, அது ராமனைப் போன்று குரல் எழுப்பி லட்சுமணனைக் கலக்கமுறச் செய்கிறது. இதனால் சீதாவை தனியேவிட்டு வரும் நிலைக்கு ஆளாகிறான் லட்சுமணன். இந்தச் சமயம் பார்த்து இராவணன் அவளைக் கடத்துகிறான். இராவணன் அவளைக் கடத்திச் செல்லும்போதும் கூட, தன்னைத் தடுக்கும் ஒரு பறவையை வெட்டிச் சாய்க்கிறான்.

நிற்க, வால்மீகி இராமாயணத் தொடக்கத்தில் சொல்லப்பட்டுள்ள பறவையின் இறப்பும் அதன் இணையின் துயரமும், சகோதரன் தன் சகோதரனைப் பிரிவது, தந்தை மகனைப் பிரிவது, மகன் தாயைப் பிரிவது, மனைவி கணவனைப் பிரிவது என இராமாயணம் முழுக்கப் பல பிரிவுகளுக்குக் கட்டியம் கூறுவதாக அமைகிறது.

இவ்வாறாக, ஒவ்வொரு இராமாயணப் படைப்பின் தொடக்கமும் மொத்த படைப்பின் இசையோட்டத்தையும், சூசகமான கருத்தியலையும், வகை மாதிரிகளையும் கட்டமைக்கின்றன. ஆனால் இவற்றிலிருந்து முற்றிலும் மாறுபட்ட வகையில், கம்பன் தன் இராமாயணத்தைத் தொடங்குகின்றான். அது எப்படி என்று, கீழ்க்கண்ட பாடல்களைப் பார்த்தால் புரியும்.

நீறு அணிந்த கடவுள் நிறத்த வான்
ஆறு அணிந்து சென்று ஆர்கலி மேய்ந்து அகில்
சேறு அணிந்த முலைத் திரு மங்கை தன்
வீறு அணிந்தவன் மேனியின் மீண்டதே (13)

புள்ளி மால் வரை பொன் 'என நோக்கி வான்
வெள்ளி வீழ் இடை வீழ்த்து எனத் தாரைகள்
உள்ளி உள்ள எல்லாம் உவந்து ஈயும் அவ்
வள்ளியோரின் வழங்கின மேகமே (15)

மானம் நேர்ந்து அறம் நோக்கி மனு நெறி
போன தண் குடை வேந்தன் புகழ் என
ஞானம் முன்னிய நால் மறையாளர் கைத்
தானம் என்னத் தழைத்தது நீத்தமே. (16)

தலையும் ஆகமும் தாளும் தழீஇ அதன்
நிலை நிலாது இறை நின்றது போலவே
மலையின் உள்ள எலாம் கொண்டு மண்டலால்
விலையின் மாதரை ஒத்தது அவ்வெள்ளமே. (17)

மணியும் பொன்னும் மயில் தழைப் பீலியும்
அணியும் ஆனை வெண் கோடும் அகிலும் தண்
இணை இல் ஆரமும் இன்ன கொண்டு ஏகலான்
வணிக மாக்களை ஒத்தது அவ் வாரியே. (18)

பூ நிரைத்தும் மென் தாது பொருந்தியும்
தேன் அளாவியும் செம் பொன் விராவியும்
ஆனை மா மத ஆற்றொடு அளாவியும்
வான வில்லை நிகர்த்தது அவ் வாரியே. (19)

மலை எடுத்து மரங்கள் பறித்து மாடு
இலை முதல் பொருள் யாவையும் ஏந்தலான்
அலை கடல் தலை அன்று அணை வேண்டிய
நிலை உடைக் கவி நீத்தம் அந் நீத்தமே. (20)

தமிழில்: ந.வினோத் குமார்

பணை முகக் களி யானை பல் மாக்களோடு
அணி வகுத்து என ஈர்த்து இரைத்து ஆர்த்தலின்
மணி உடைக் கொடி தோன்ற வந்து ஊன்றலால்
புணரி மேல் பொரப் போவது போன்றதே. (22)

இரவி தன் குலத்து எண் இல் பல் வேந்தர் தம்
பரவும் நல் ஒழுக்கின் படி பூண்டது
சரயு என்பது தாய் முலை அன்னது இவ்
உரவு நீர் நிலத்து ஓங்கும் உயிர்க்கு எலாம். (23)

எயினர் வாழ் சீறூர் அப்பு
மாரியின் இரியல் போக்கி,
வயின் வயின் எயிற்றிமார்கள்
வயிறு அலைத்து ஓட ஓடி,
அயில் முகக் கணையும் வில்லும்,
வாரிக்கொண்டு, அலைக்கும் நீரால்,
செயிர் தரும் கொற்ற மன்னர்
சேனையை மானும் அன்றே. (25)

செறி நறும் தயிரும் பாலும்
வெண்ணெயும் சேந்த நெய்யும்
உறியொடு வாரி உண்டு,
குருந்தொடு மருதம் உந்தி,
மறி உடை ஆயர் மாதர் வனை
துகில் வாரும் நீரால்,
பொறி வரி அரவின் ஆடும்
புனிதனும் போலும் அன்றே. (26)

முல்லையைக் குறிஞ்சி ஆக்கி,
மருதத்தை முல்லை ஆக்கிப்
புல்லிய நெய்தல் தன்னைப்
பொரு அரு மருதம் ஆக்கி,
எல்லை இல் பொருள்கள்
எல்லாம் இடை தடுமாறும் நீரால்
செல் உறு கதியில் செல்லும்
வினை எனச் சென்றது அன்றே. (28)

கல் இடைப் பிறந்து போந்து
கடல் இடைக் கலந்த நீத்தம்
எல்லை இல் மறைகளாலும் இயம்பு
அரும் பொருள் இது என்னத்
தொல்லையின் ஒன்றே ஆகித்
துறைதொறும் பரந்த சூழ்ச்சிப்
பல் பெருஞ் சமயம் சொல்லும் பொருளும்
போல் பரந்தது அன்றே. (30)

தாது உகு சோலை தோறும்,
சண்பகக் காடு தோறும்,
போது அவிழ் பொய்கை தோறும்,
புது மணல் தடங்கள் தோறும்,
மாதவி வேலிப் பூக வனம் தோறும்,
வயல்கள் தோறும்,
ஓதிய உடம்பு தோறும், உயிர்
என உலாயது, அன்றே. (31)

(கம்ப இராமாயணம்: ஆற்றுப் படலம்)

மேற்கண்ட பாடல்கள் கம்பனைத் தனித்துவமாக்குகின்றன. இவை வால்மீகியில் காணப்படாதவை. கடலில் இருந்து ஆவியான நீர் மேகங்களாகி, மழையாக பூமிக்கு வந்து, வெள்ளமாக மாறி, சரயு நதியுடன் கலந்து அயோத்திக்கு வருகின்றன. இந்தப் பாடல்கள் மூலம் தன் கதையை, கதாபாத்திரங்களை, வளத்தை, ராமனின் முன்னோர்களை மற்றும் இராமாயணம் மூலமாக தன்னுடைய பக்தியை கம்பன் வெளிப்படுத்துகிறான்.

உவமானங்கள், சங்கேதக் குறிப்புகள் மூலம் பல்வேறு கருத்துகள் நமக்கு அறிமுகமாகிறது எனில், தண்ணீரின் ஒவ்வொரு தோற்றமும் இராமாயணத்தையே குறியீடாக்குகின்றன. மட்டுமல்ல, இராமாயண பிரபஞ்சத்தின் ஒரு பகுதியை (உதாரணத்துக்கு, குரங்குகள்) பிரதிநிதித்துவப்படுத்துகின்றன. சங்கக் கவிதைகளில் தென்படும் ஐந்திணைகளைப் போல தண்ணீர் குறித்து தமிழில் காணப்படும் இந்த மரபு வேறு எங்கும் காணப்படாதது. வாழ்வின் ஆதாரமான தண்ணீர் மற்றும் வளம் ஆகியவற்றுக்கு வழங்கப்படும் முக்கியத்துவம்

தமிழ் இலக்கிய மரபுக்கே உரியது. தமிழர்களின் வேத நூல் என்று குறிப்பிடப்படும் திருக்குறள் கூட கடவுளை முன் வைத்தே தொடங்கினாலும், அதற்கடுத்ததாக வான் மழையைப் போற்றுகிறது.

மற்றொரு மிகப்பெரிய வித்தியாசம், ஒவ்வொரு இராமாயணத்திலும் ஒவ்வொரு கதாபாத்திரங்கள் மீது அதிகமான அளவு கவனம் குவிக்கப்படுகிறது. வால்மீகி, இராமன் மற்றும் அவன் வரலாற்றை தொடக்கத்தில் வைக்கிறார். சமணத்தில் விமலசூரி எழுதிய இராமாயணமும், தாய்லாந்து இராமாயணமும் ராவணனின் பிறப்பு மற்றும் சாகங்களை முக்கியத்துவப்படுத்துகின்றன. கன்னட பாணர் பாடல்கள் சீதாவின் பிறப்பு மற்றும் அவள் வாழ்க்கையை அதிக கவனத்துக்கு உட்படுத்துகின்றன. பிற்கால இராமாயணங்களான அத்புத இராமாயணம் மற்றும் சதகந்தரவணா ஆகியவை சீதாவை நாயகனுக்குரிய தன்மையுடன் சித்தரிக்கின்றன. பத்து தலை இராவணன் இறக்கும்போது, நூறு தலை இராவணன் உயிர்த்தெழுகிறான். ராமனால் இந்தப் புதிய இம்சையைச் சமாளிக்க முடியவில்லை. ஆகவே, சீதா ராவணனுடன் போரிட்டு அவனைக் கொல்கிறாள். வாய்மொழிக் கதை மரபுக்குப் பெயர்போன சந்தால் எனும் பழங்குடியினர் பாடல்கள் சீதையை நன்றிகெட்டவளாகச் சித்தரிக்கின்றன. வால்மீகி மற்றும் கம்ப இராமாயணத்தைப் படிக்கும் எந்த ஓர் இந்துவுக்கும் அதிர்ச்சியளிக்கும் விதத்தில் இராமன் மற்றும் லட்சுமணன் ஆகிய இருவராலும் சீதா மோகத்துக்கு உள்ளாகிறாள். தென்கிழக்கு ஆசிய இராமாயணத்தில், அனுமன் பிரம்மச்சாரியாக இல்லாமல் பெண்களை மயக்குபவனாக இருக்கிறான். கம்பன் மற்றும் துளசிதாஸர் இராமாயணங்களில் இராமன் என்பவன் கடவுள். ஆனால் சமண இராமாயணத்தில் இராமன் கடைசி பிறப்பை எடுத்த சமண ஞானி. அதே சமணத்தில் இராவணன் என்பவன் உயர்ந்தவன்; சீதா எனும் பெண்ணைத் தொட்டதால் தனக்குத் தானே அழிவை உண்டாக்கிக் கொண்டவன். வேறு சில இராமாயணங்களில் இராவணன் ஓர் அரக்கன்.

ஆக, வடிவமைக்கப்பட்ட ஒவ்வொரு கதாபாத்திரங்களிலும் பல வித்தியாசங்கள் இருக்க, உண்மையிலேயே ஒரு இராமாயணத்தில் தோன்றும் ஒரு கதாபாத்திரம் இன்னொரு இராமாயணத்தில் வெறுக்கத்தக்கதாக இருக்கும். இவற்றுடன்,

சீதா ஏன் வனவாசத்துக்கு அனுப்பப்பட்டாள் என்பதற்கான காரணங்கள், வியக்கத்தக்க வகையில் பிறந்த சீதாவின் இரண்டாவது மகன் மற்றும் இறுதியில் ராம சீதை ஜோடி இணைவது ஆகியவற்றைப் பற்றி ஒவ்வொரு இராமாயணத்திலும் சொல்லப்பட்ட வித்தியாசங்களையும் சேர்த்துக் கொள்ளலாம்.

இவை ஒவ்வொன்றும் ஒன்றுக்கு மேற்பட்ட இராமாயணங்களில் இடம்பெறுகின்றன. இந்து, சமணம், பௌத்தம் போன்ற ஒன்றுக்கு மேற்பட்ட மதங்களில் நிகழ்கின்றன. ஒன்றுக்கு மேற்பட்ட பகுதிகளில் சொல்லப்படுகின்றன.

நிற்க, இப்போது ஒரு கேள்வி எழுகிறது. இராமன், அவன் சகோதரன், சீதா மற்றும் அவளைக் கடத்தும் இராவணன் ஆகிய ஒற்றுமைகளைத் தவிர்த்து வேறு ஏதேனும் பொதுவான இழை வேறு வேறு இராமாயணங்களை இணைக்கிறதா? விட்ஜென்ஸ்டீன் சொல்வது போல ஒரு சில குடும்ப ஒற்றுமைகளால் (ஒரு கதையும் இன்னொரு கதையும் ஒன்றுக்கொன்று பல ஒற்றுமைகளைக் கொண்டிருந்தாலும், எந்த ஒற்றுமையும் பொதுவானதாக இருக்காது) அனைத்து ராம கதைகளும் ஒன்றே என்று சொல்ல முடியுமா? அல்லது இது அரிஸ்டாடிலின் மாலுமிக்கத்தி போன்றதா? ஒருமுறை அரிஸ்டாடில் ஒரு தச்சனைச் சந்தித்தபோது, அவரிடம், 'எத்தனை ஆண்டுகளாக இந்தக் கத்தியை வைத்திருக்கிறீர்கள்?' என்று கேட்ட போது, அந்தத் தச்சன், 'முப்பது ஆண்டுகளாக இதை வைத்திருக்கிறேன். என்ன வாள் பகுதியை சில முறையும், கைப்பிடியைச் சில முறையும் மாற்றியிருக்கிறேன். ஆனால் இது அதே கத்திதான்' என்றாராம்.

ஒற்றுமைகள் பல இருப்பதால் எல்லா ராம கதைகளுமே 'இராமாயணம்' என்ற பெயரை ஏற்றுக்கொள்ள விரும்புகின்றன. ஆனால் சற்று கூர்ந்து கவனித்தால் ஒரு கதை இன்னொரு கதையைப் போன்றே இருக்க வேண்டும் என்று அவசியமில்லை. ஒரு குறிப்பிட்ட பெயர்களையுடைய வேறு வேறு மனிதர்கள் எவ்வாறு அந்தப் பெயரினால் மட்டுமே ஒரு குழுவாக அமைவார்களோ அதுபோன்றே 'இராமாயணம்' என்ற பெயரினால் மட்டுமே மேற்கண்ட ராம கதைகள் பொதுவாக இருக்கின்றன.

❏

தமிழில்: ந.வினோத் குமார்

மொழிபெயர்ப்பின் மீதான சிந்தனைகள்

ஒத்த பெயர் உள்ள காரணத்தால் மட்டுமே அவை எல்லாம் ஒரே வகையான இராமாயணம் என்று சொல்வது சுத்தமானது. மூல உரைகளுக்கு இடையேயான வித்தியாசங்களும் மற்றும் அவற்றுக்கு இடையே உள்ள தொடர்புகளின் காரணமாக, இந்த இராமாயணங்கள் எல்லாம் ஒன்றுக்கொன்று தொடர்பு கொண்டுள்ளன. ஒரே மூல உரை இராமாயணத்தைச் சுற்றி மேற்கொள்ளப்பட்ட பலப் பல வடிவிலான மொழிபெயர்ப்புகள் என்று ஒருவர் நினைக்கலாம். அதாவது, வால்மீகி இராமாயணத்தைச் சுற்றி சில மொழிபெயர்ப்புகள் இருக்கும். இன்னும் சில மொழிபெயர்ப்புகள் விமலசூரியின் சமண இராமாயணத்தைச் சுற்றி இருக்கும். இப்படி இன்னும் பல மொழிபெயர்ப்புகள் இருக்கலாம்.

அல்லது மூல உரைகளுக்கு இடையேயான மொழிபெயர்ப்புத் தொடர்புகளை பியர்சியன் அடிப்படையில், மூன்று வகையாகப் பிரிக்கலாம்.

உரை 1, உரை 2 என வைத்துக் கொள்வோம். வடிவியல் ரீதியாக ஒரு முக்கோணமும், இன்னொரு முக்கோணமும் (கோணம், அளவு மற்றும் கோடுகளின் நிறம் என எந்த வேறுபாடுகள் இருந்தாலும்) அவை இரண்டும் ஒரே வகையான முக்கோணங்கள் என்று கருதப்படுகிறதோ அவ்வாறு இரண்டு உரைகளும் ஒத்திருந்தால், அவற்றை 'ஐகானிக்' அதாவது, உருவ ஒற்றுமையுடைய உரைகள் எனலாம்.

மேலை நாடுகளில், மொழிபெயர்ப்புகள் என்பவை நம்பகத்தன்மையுடன் இருக்க வேண்டும் என்று எதிர்பார்ப்பார்கள். ஹோமரை சாப்மன் மொழிபெயர்க்கும் போது, கதை, கதாபாத்திரங்கள், கருத்துருக்கள் போன்ற அடிப்படையான விஷயங்களை அப்படியே எடுத்தாள்வதுடன், கிரேக்க மொழியில் உள்ள பாடல் வரிகளின் எண்ணிக்கை போன்றே ஆங்கிலத்திலும் பாடல் வரிகளின் எண்ணிக்கையைக் கடைப்பிடிக்கிறார். மொழி மட்டும்தான் ஆங்கிலம், ஆனால் மொழிநடை எலிசபெத்தியனாக இருக்கிறது.

வால்மீகி இராமாயணத்தை கம்பன் தனது பாணியில் சொல்லும்போது, அத்தியாயங்களின் வரிசை, தந்தை, மகன், நண்பர்கள், மனைவி, எதிரிகள் என கதாபாத்திரங்களின் கட்டமைப்புத் தொடர்புகளையும் (அதாவது, வால்மீகியில் இராமன் லட்சுமணனுக்கு அண்ணன் என்றால், கம்பனும் அவ்வாறே பின்பற்றுகிறான்) அப்படியே எடுத்துக் கொள்கிறான். ஆனால் இதில் 'உருவ ஒற்றுமை' என்பது இதுபோன்ற கட்டமைப்புகளோடு மட்டுமே உள்ளது. கம்பனின் இராமாயணம் வால்மீகி இராமாயணத்தை விட நீண்டது. வால்மீகியில், ஸ்லோக அளவில் இருக்க, கம்பனிலோ இருபதுக்கும் மேற்பட்ட பா வகைகளைப் பின்பற்றுகிறான்.

பெரும்பாலும், 'உரை 2' என்பது 'உரை 1' உடன், கதை போன்ற அடிப்படையான விஷயங்களுடன் 'உருவ ஒற்றுமை' கொண்டிருந்தாலும், அதனுடைய உள்ளடக்கம் என்பது கம்பனிலும் அல்லது வங்க மொழி இராமாயணமான க்ருதிவாசா ஆகியவற்றில் காணப்படுவது போல உள்ளூர் விஷயங்கள், நாட்டார் இயல், கவிதை மரபு, உவம உருவகங்கள் மற்றும் இதர பல விஷயங்களைத் தன்னகத்தே கொண்டிருக்கும். வங்க இராமாயணத்தில், ராமனின் திருமணம் வங்க முறைப்படிதான் நடக்கிறது. இந்த வகையான உரைகளை நாம் 'இண்டெக்சிக்கல்' அதாவது, 'உள்ளடக்க வேறுபாடு' எனலாம்.

இந்த வகையிலான உரைகள் உள்ளூர்த்தன்மையுடன் இருந்தாக வேண்டும். இல்லாமல் போனால் அர்த்தமற்றதாகி விடும். இங்கு, இராமாயணம் என்பது வெறுமனே தனித்தனி உரைகளின் தொகுப்பு அல்ல மாறாக, பல்வேறு நிகழ்வுகளைக் கொண்ட இலக்கிய வகை என்று ஒருவர் கருதலாம்.

தமிழில்: ந.வினோத் குமார்

அவ்வப்போது, 'உரை 1'ல் சொல்லப்பட்ட கதை, கதாபாத்திரங்கள் மற்றும் பெயர்களை 'உரை 2' குறைவாகவே பயன்படுத்திக் கொண்டு, முற்றிலும் புதிய விஷயங்களைச் சொல்லும். இன்னும் சொல்லப்போனால், 'உரை 1'க்கு எதிர் உரையாக 'உரை 2' அமையும். இந்த வகையான உரைகளை நாம் 'சிம்பாலிக்' அதாவது, 'உருவக வேற்றுமை' எனலாம்.

இத்தகைய 'உருவக வேற்றுமை'க்கான கட்டமைப்புத் தொடர்புகளை உருமாற்றும் போது, 'மொழிபெயர்ப்பு' எனும் வார்த்தையே கணிதத்தன்மைக்கு உள்ளாகிறது. இந்த உருமாற்றம் நிகழும் போது, ராம கதை என்பது குறிப்பிட்ட கலாசார பகுதியில் அந்தப் பகுதிக்குரிய மொழியில் மொழிபெயர்க்கையில், மூலத்தில் இருந்து எடுக்கப்பட்ட பெயர்கள், கதாபாத்திரங்கள், நிகழ்வுகள், கலைக் கூறுகள் மற்றும் கதை மொழியுடன் 'உரை 1 ஒரு கதையைச் சொல்ல, 'உரை 2' அதற்கு அப்படியே எதிரான ஒரு கதையைச் சொல்லும்.

வால்மீகியின் இந்து மற்றும் விமலசூரியின் சமண மத இராமாயணங்கள் இந்தியாவில் ஒன்றைச் சொல்ல, தென்கிழக்கு ஆசியாவில் தாய்லாந்து ராமகீர்த்தி வேறு ஒன்றைச் சொல்லும். இவை 'உருவக வேற்றுமை' மொழிபெயர்ப்புகளுக்கான சரியான உதாரணங்கள் ஆகும்.

எவ்வளவுதான் ஒரு மொழிபெயர்ப்பு 'உருவ ஒற்றுமை'யுடன் இருந்தாலும் மேற்கண்ட மூன்று கூறுகளை (ஐகானிக், இண்டெக்சிக்கல், சிம்பாலிக்) கொண்டிருக்கும் என்பதை நாம் மறந்துவிடக் கூடாது.

கோல்ட்மேன் மற்றும் அவரது சகாக்கள் வால்மீகி இராமாயணத்தை ஆங்கிலத்தில் மொழிபெயர்க்கும்போது, சமஸ்கிருதப் பெயர்கள், பாடல் வரிசை மற்றும் எண்ணிக்கைகள், அத்தியாயங்களின் வரிசை மற்றும் பல விஷயங்கள் அப்படியே எடுத்தாளப்பட்டுள்ளதால் அவை 'உருவ ஒற்றுமை' கொண்டிருக்கின்றன.

மொழிநடை ஆங்கிலத்திலும், அறிமுகங்கள் மற்றும் விளக்க அடிக்குறிப்புகள் இருபதாம் நூற்றாண்டுக்குரிய மனப்போக்குகளையும் குறைகளையும் கொண்டிருப்பதால் அவை 'உள்ளடக்க வேற்றுமை' கொண்டிருக்கின்றன.

மொழிபெயர்ப்பின் வாயிலாக மூல உரையின் நவீன புரிதல்களைச் சொல்வதால் அவை 'உருவக வேற்றுமை' கொண்டுமிருக்கின்றன. ஆனால் இந்த மூன்று கூறுகளின் விகித அளவு கம்பனுக்கும் கோல்ட்மேனுக்கும் இடையில் வெகுவாக மாறுகின்றது. மேலும் அவற்றை நாம் பல்வேறு காரணங்களுக்காக, விதவிதமான அழகுணர்ச்சிக்காக வாசிக்கிறோம்.

மூல உரைக்கு ஓரளவு நெருங்கி வரும் ஆங்கில மொழிபெயர்ப்பைப் படிப்பதன் மூலம் சமஸ்கிருதத்தில் எழுதப்பட்ட வால்மீகியின் மூல உரையைப் பற்றி நமக்கு சற்றுத் தெளிவு கிடைக்கிறது. நாம் கம்பனைப் படிப்பதன் மூலம் வால்மீகியிடமிருந்து அவன் எவ்வாறு வேறுபடுகிறான் என்பதைத் தெரிந்து கொள்ளவேயன்றி வால்மீகியுடனான ஒற்றுமைகளைத் தெரிந்து கொள்வதற்கு அல்ல. ஒன்றில் நாம் ஒற்றுமைகளைக் கண்டு மகிழ்கிறோம். மற்றொன்றில் வித்தியாசங்களைக் கண்டு மகிழ்ச்சி அடைகிறோம்.

ஒரு கலாசாரப் பகுதியில் அந்தப் பகுதிக்குரிய இராமாயணம் தனித்துவமாக இருப்பதுடன் சில முக்கியத்துவங்களையும் கொண்டிருக்கும். இந்த முக்கியத்துவங்கள் கதை, கதாபாத்திரங்கள், பெயர்கள், நிலப்பரப்பு, நிகழ்வுகள் மற்றும் தொடர்புகள் என்பனவாக இருக்கலாம். வாய்மொழி, எழுத்து மற்றும் நிகழ்த்துக் கலைகள், சொற்றொடர்கள், பழமொழிகள் அவ்வளவு ஏன் நிந்தனை கூட ராம கதையின் அடையாளங்களைக் கொண்டிருக்கின்றன.

ஒருவர் ஒரு விஷயத்தைப் பற்றிப் பேசிக் கொண்டே யிருந்தால், 'எதற்கு இந்த இராமாயணம்? போதும் நிறுத்து' என்று ஒரு சொற்றொடர் உண்டு. அதே போல, குறுகிய அறையை, 'இது என்ன கிஷ்கிந்தையா?' என்று சொல்லும் வழக்கம் தமிழில் உண்டு. மேலும், அதே தமிழில் முட்டாள்தனத்தைக் குறிக்க, 'விடிய விடிய இராமாயணத்தைக் கேட்டு சீதைக்கு இராமன் சித்தப்பன்னு சொன்னானாம்' எனும் சொலவடை உண்டு. வங்கக் கணித நூலில், அனுமன் தன் குறும்புத்தனத்தால் உடைத்துவிட்ட பிறகு, அவன் கட்டிய சுவரில் மீதம் என்ன இருக்கின்றன என்று குழந்தைகளைக் கண்டுபிடிக்கச் செய்யும் புதிர் உண்டு. இவற்றுடன் திருமணப் பாடல்கள், வாய்மொழிப்

பாடல்கள், ஸ்தல புராணங்கள், கோயில் புராணங்கள், ஓவியம், சிற்பம் மற்றும் இன்னும் பல நிகழ்த்துக் கலைகளிலும் ராம கதையின் அடையாளங்கள் உள்ளன.

வேறு வேறு உரைகள், முன்பு சொல்லப்பட்ட மூல உரைகளில் இருந்து கடன் பெறவோ அல்லது முற்றாக நிராகரிக்கவோ தொடர்பு கொண்டிருப்பது மட்டுமல்லாமல் மேற்கண்ட பொதுவான குறியீடுகளுடனும் தொடர்பு கொண்டிருக்கின்றன.

ஒவ்வொரு நூலாசிரியரும், மூல உரையை உருமாற்றும் போது, அதில் மூழ்கி, தனித்துவமான பாங்குடன், தனித்துவமான கருத்துருவுடன் முற்றிலும் புதிய அமைப்புடன் ஓர் உரையைக் கொண்டு வருவார். 'சிங்கங்கள் எல்லாம் செம்மறியாடுகளால் ஆனவை' என்று பிரெஞ்சுக் கவிஞர் வலேரி சொல்வது போல பேருரைகள் சிறிய விஷயங்களை மறுஉருவாக்கம் செய்கின்றன. அதுபோல செம்மறியாடுகள் எல்லாம் சிங்கங்களால் ஆனவையாகவும் இருக்கலாம்.

நாட்டார் புராணக் கதை ஒன்றில் பெரிய யுத்தம் முடிந்த பிறகு அனுமன் தான் உண்மையில் இராமாயணத்தை ஒரு மலை மீது இருந்து எழுதியதாகவும், அதைக் காற்றில் பறக்கவிட்டதாகவும், நம் கையில் இருப்பதை விடவும் அந்த இராமாயணம் மிக மிக நீண்டது எனவும் கூறப்படுகிறது. அதில் ஒரு பகுதியை மட்டுமே தான் எழுதியிருப்பதாக வால்மீகி சொல்கிறார்.

இந்த அடிப்படையில் பார்த்தால், எந்த உரையுமே உண்மையான உரை இல்லை. எந்த விவரிப்பும் வெறுமனே விவரிப்பாக மட்டும் இல்லை. உரை வடிவில் மட்டும்தான் ராம கதைக்கு முடிவு உண்டே தவிர, உண்மையில், முற்று முடிவு என்பதே ராம கதைக்குக் கிடையாது.

இந்தியாவிலும், தென்கிழக்கு ஆசியாவிலும் இராமாயணத்தையும், மகாபாரதத்தையும் எவரும் முதல் தடவையாகப் படித்துவிட முடியாது. ஏனெனில், அந்தக் கதைகள் எல்லாம் 'எப்போதும், ஏற்கெனவே' இருப்பவைதான்.

❑

ராம கதையை நீங்கள் கேட்கும்போது என்ன ஆகிறது?

இந்தக் கட்டுரை, உலகில் உள்ள பல்வேறு இராமாயணங்களைப் பற்றிய ஒரு நாட்டார் கதையுடன் தொடங்கியது. கட்டுரையை முடிப்பதற்கு முன், அனுமன் மற்றும் ராமனின் மோதிரம் குறித்து இன்னொரு நாட்டார் கதையைச் சொல்வது பொருத்தமாக இருக்கும். ஆனால் இந்தக் கதை, இராமாயணத்தின் ஆற்றலைப் பற்றிக் கூறுவதாகும். இராமாயணத்தை நீங்கள் உண்மையாக உற்றுக் கேட்கும்போது, என்ன ஆகும் என்பதைப் பற்றிய கதை இது. இந்தக் கதையைக் கேட்கும் போது முட்டாளும் கூட அறிவு பெற்று வீரதீரச் செயல்களில் இறங்கிவிடுவான். கதை கேட்பவர் தான் ஒரு வேடிக்கையாளன் என்பதை மறந்து கதைக்குள் நுழைந்துவிடுவான். அப்போது கற்பனை மற்றும் நிஜம் என்பதற்கு இடையேயான கோடு அழிந்துவிடும்.

கலாசாரத்தைப் பற்றி ஒன்றுமே தெரியாத நாட்டமில்லாத கிராமத்தான் ஒருவனுக்குத் திருமணம் நடக்கிறது. அவனுக்கு வாய்த்த மனைவியோ கலாசாரம் குறித்து மிக்க அறிவுடன் இருப்பவள். கலாசாரம் குறித்து தன் கணவனுக்கு நாட்டத்தை ஏற்படுத்த வேண்டும் என்று அவள் எவ்வளவோ முயற்சித்தாலும் அது முடியாமல் போனது.

ஒரு நாள் அந்தக் கிராமத்துக்கு இராமாயணக் கதையைச் சொல்வதில் பிரசித்தி பெற்ற ஒரு சொற்பொழிவாளர் வருகிறார். ஒவ்வொரு நாள் மாலையும் இராமாயணத்தின் பாடல்களைப்

பாடி, அதற்கான விளக்கங்களைக் கூறுவார். மக்களும் இது ஓர் அரிய விருந்து என்று கருதி ஒவ்வொரு நாளும் அவர் சொற்பொழிவைக் கேட்டு வந்தார்கள்.

இந்தக் கூட்டத்துக்குத் தன் கணவனை அனுப்ப முடிவு செய்தாள் அந்தப் பெண்மணி. ஆனால் அவனுக்கு அதில் நாட்டமில்லை. எனினும், அவனைக் கட்டாயப்படுத்தி அந்தக் கூட்டத்துக்கு அனுப்பி வைத்தாள். அவனும் அவளைச் சந்தோஷப்படுத்த அந்தக் கூட்டத்துக்குச் சென்றான். ஆகவே அவன் அந்தக் கூட்டம் நடக்கும் இடத்துக்குச் சென்று கடைசி வரிசையில் அமர்ந்து கொண்டான். அந்தச் சொற்பொழிவு இரவு முழுக்க நடந்ததால் அவனால் தூக்கத்தைக் கட்டுப்படுத்த முடியவில்லை. ஆகவே அவன் தூங்கிவிட்டான். காலை விடிந்ததும், அந்த சொற்பொழிவும் நிறைவு பெற்றது. சொற்பொழிவு முடிக்கும் போது எப்போதும் இனிப்புகள் வழங்கப்படும். அப்போது, இனிப்பு விநியோகிக்கும் ஒருவர் தூங்கிக் கொண்டிருந்த இவன் வாயில் கொஞ்சம் இனிப்புகளைப் போட்டுவிட்டுச் சென்றனர். அதன் பிறகு அவன் எழுந்து தன் வீட்டிற்குச் சென்றான். அங்கு அவன் மனைவி, இராமாயண சொற்பொழிவு எப்படி இருந்தது என்று ஆவலாகக் கேட்டாள். அதற்கு அவன் 'மிகவும் இனிமையாக இருந்தது' என்றான். அதைக் கேட்டதும் அவன் மனைவி மிகவும் மகிழ்ந்தாள்.

அடுத்த நாளும் அந்தக் கூட்டத்துக்குச் செல்ல அவனைக் கட்டாயப்படுத்தினாள். இந்த முறை அந்தக் கூட்டம் நடக்கும் இடத்துக்குச் சென்ற அவன், அங்கு சுவரோரமாக அமர்ந்து கொண்டான். நேரம் ஆக, ஆக, அவன் தூங்கிப் போனான். அந்த இடம் மிகவும் கூட்டமாக இருந்தது. அதனால் ஒரு சிறுவன், அவன் மீது ஏறி அமர்ந்து கொண்டு சொற்பொழிவைக் கவனித்தான். காலையில், சொற்பொழிவு முடிந்ததும் அனைவரும் கலைந்து சென்றனர். அந்தச் சிறுவனும், அவனை விட்டு இறங்கிச் சென்றான். இரவு முழுக்க, அந்தச் சிறுவன் தன் மீது ஏறி அமர்ந்து இருந்ததைத் தெரியாத அவன் கண் விழித்ததும், உடல் எல்லாம் வலிப்பதை உணர்ந்தான். அவன் தன் வீட்டிற்குச் சென்ற போது, அவன் மனைவி ஆவலாக, 'இன்றைய இராமாயணம் எப்படி இருந்தது?' என்று கேட்டாள். அதற்கு அவன், 'ரொம்பவும் கனமாக இருந்தது' என்று

பதிலுரைத்தான். அதற்கு அவள், 'அந்தக் கதை அந்த மாதிரி' என்று சந்தோஷத்தில் சொன்னாள்.

மூன்றாம் நாளும் அவள் வற்புறுத்தலுக்கு இணங்க அவன் அந்தக் கூட்டத்துக்குச் சென்றான். அன்று கூட்டம் அதிகமாக இருந்ததால், கடைசி வரிசையில் அமர்ந்த அவன் அப்படியே தூங்கிவிட்டான். அதிகாலையில் ஒரு நாய் அவன் வாயில் சிறுநீர் கழித்துவிட்டுச் சென்றது. இதை அறியாத அவன் தன் வீட்டிற்குச் சென்றான். 'இன்றைய சொற்பொழிவு எப்படியிருந்தது?' என்று அவள் கேட்டதற்கு, 'ரொம்பவும் உப்புக் கரிப்பதாக இருந்தது' என்றான். அவன் மனைவிக்கு ஏதோ தவறு நடந்திருக்கிறது என்று தெரிய வந்தது. அதனால் அவள் அவனை 'பிடி,பிடி' என்று பிடித்தபின், அவன் எல்லா உண்மைகளையும் கக்கிவிட்டான்.

நான்காம் நாள் அவனுடன் சேர்ந்து அவள் மனைவியும் அந்தக் கூட்டத்துக்குச் சென்றாள். தன்னுடன் முன் வரிசையில் வந்து அமரும்படி, அவனைக் கட்டாயப்படுத்தினாள். என்ன ஆனாலும், அந்த இரவு முழுக்க தூங்கவே கூடாது என்று அவனை எச்சரித்தாள். அப்படியே அவனும் இணங்கினான். நேரம் ஆக, ஆக, இராமாயணத்தின் கதாபாத்திரங்களாலும், அவர்களின் சாகசங்களாலும் வெகுவாக ஈர்க்கப்பட்டான்.

அந்த நாள் சொற்பொழிவில், சீதையைச் சந்திக்க ராமனின் மோதிரத்தைத் தூக்கிக் கொண்டு அனுமன் சமுத்திரத்தைத் தாண்டும் படலத்தைப் பற்றி விளக்கிக் கொண்டிருந்தார் சொற்பொழிவாளர். அப்போது ஓரிடத்தில், அனுமன் சமுத்திரத்தின் நடுவே சென்று கொண்டிருக்கும்போது கைதவறி மோதிரம் சமுத்திரத்துக்குள் விழுந்து விடுகிறது. இதனால் அனுமன் திகைத்து நின்றான். அந்த மோதிரத்தைச் சீக்கிரம் கொண்டு போய் அரக்கனின் ராஜ்ஜியத்துக்குள் இருக்கும் சீதாவிடம் ஒப்படைக்க வேண்டுமே என்கிற பதற்றம் அனுமனுக்கு. என்ன செய்வதெனத் தெரியாமல் அனுமன் விழித்துக் கொண்டிருந்தான். இதை ஆர்வமுடன் முன் வரிசையில் அமர்ந்து கேட்டுக் கொண்டிருந்த அந்த கிராமத்தான் உடனே, 'அனுமா! கவலைப்படாதே. உனக்காக நான் சென்று மோதிரத்தை எடுத்து வருகிறேன்' என்று கூறி சமுத்திரத்துக்குள்

குதித்து, மோதிரத்தை எடுத்து வந்து அனுமனிடம் கொடுத்தான்.

சொற்பொழிவு கேட்க வந்த அனைவரும் ஆச்சர்யப்பட்டார்கள். இந்த மனிதன் ராமனாலும், அனுமனாலும் ஆசீர்வதிக்கப்பட்ட சிறப்புடையவன் என்று அவர்கள் எண்ணினார்கள். அன்று முதல் அவன், அந்தக் கிராமத்திலேயே மிக உயர்ந்த அறிவாளி என்று மக்கள் போற்ற, அவனும் அதற்குத் தக்கபடி நடந்து கொண்டான். ஒரு கதையை, அதுவும் இராமாயணத்தை நீங்கள் உன்னிப்பாகக் கேட்கும் போது இப்படித்தான் நிகழும்.

❏

பின்னிணைப்பு

ராமானுஜன் என்றொரு இடைக்கோடு

'மொழியாக்கம் என்பது மூலப் படைப்பின் இன்னொரு வகை இல்லை. மாறாக, மூலமொழிக்கும் மொழிபெயர்க்கப்படும் மொழிக்கும் இடையிலான வித்தியாசங்கள் பற்றிய கருத்தாடல். ஒவ்வொரு மொழிபெயர்ப்பும் மூலப் படைப்பை மறு உருவாக்கம் செய்கின்றன. சில நேரங்களில் மூலத்தைவிட மெருகூட்டப்பட்டும், விரிவுபடுத்தப்பட்டும் மூலமொழியில் இருப்பவற்றைக் குப்புறக் கவிழ்த்தியும் உயர்ந்து நிற்கின்றன.'

இதுதான் மொழிபெயர்ப்புகளின் மீதான ராமானுஜனின் பார்வையாக இறுதி வரைக்கும் இருந்தது. தனது தாய்மொழியான கன்னடம் தவிர, ஆங்கிலம், தமிழ், தெலுங்கு மற்றும் சமஸ்கிருதம் ஆகிய மொழிகளிலும் ஆழ்ந்த புலமையுடன் இயங்கியதன் காரணமாகவே அவரால் இத்தகையதொரு முடிவுக்கு வரமுடிந்திருக்கிறது.

அவர் மேற்கொண்ட மொழிபெயர்ப்புகளை, தான் ஒரு புதிய படைப்பாகச் செய்கிறோம் என்ற நிலையில் இருந்துதான் மேற்கொண்டார். அதனால்தான் சங்கக் கவிதைகளை அவருடைய ஆங்கிலப் பெயர்ப்பில் வாசிக்கும்போது முற்றிலும் புதிதான ஒரு படைப்பை வாசிக்கும் அனுபவம் கிடைக்கிறது.

மொழிகளை நேசித்தவர் கவிதைகளை சுவாசித்தார். எனவேதான் தன்னை முதலில் ஒரு கவிஞராக அடையாளம் காண விரும்பினார். ஆனால், தான் அறிந்த மொழிகளில் அவர் ஆற்றிய சேவைகள் அவரை ஒரு மொழிபெயர்ப்பாளராகவே

முன்னிறுத்துகின்றன. வாய்மொழி இலக்கியங்கள் குறித்து ஆராய்ந்ததால் அவர் ஒரு வரலாற்றாசிரியராகவும், நாட்டுப்புறக் கதைகள் குறித்துத் தொடர்ந்து எழுதியதால் அவர் ஒரு நாட்டுபுறவியலாளராகவும் அறியப்படுகிறார்.

அத்திப்பட் கிருஷ்ணஸ்வாமி ராமானுஜன் எனும் ஏ.கே. ராமானுஜன், 1929–ம் ஆண்டு மார்ச் 16–ம் தேதி மைசூரில் பிறந்தார். மைசூர் பல்கலைக்கழகத்தின் இணைப்புக் கல்லூரியான மகாராஜாஸ் கல்லூரியில் ஆரம்பத்தில் அறிவியல் படித்தாலும், அவருக்கு இயல்பிலேயே இலக்கியங்கள் மீது நாட்டம் இருந்ததால் அவரை ஆங்கிலம் கற்க உற்சாகப்படுத்தினார் அவரது தந்தை. கல்லூரி மாணவராக இருந்தபோதே உள்ளூர் கன்னட இதழ்களில் கவிதை, சிறுகதை, நாடகம் என அவரது படைப்புகள் பிரசுரமாகத் தொடங்கின.

தன்னுடைய பன்மொழிப் புலமை குறித்து ராமானுஜன் ஒரு பேட்டியில் இப்படிச் சொன்னார்: "எங்கள் வீட்டின் கீழ்த் தளத்தில் என் அம்மா மற்றும் பாட்டியுடன் தமிழில் பேசுவேன். மாடியில் அப்பா வைத்திருந்த நூலகத்தில் ஆங்கிலப் புத்தகங்களுடன் உறவாடினேன். வீட்டை விட்டு வெளியே சென்றால் கன்னடம் என்னைத் தழுவிக் கொள்ளும். ஒரு நாள் முழுக்க நான் கன்னட நூல்களைப் படித்தால், அடுத்த நாள் தமிழ், அதற்கடுத்த நாள் ஆங்கிலம் என்று இயங்கினேன். இவ்வாறு மொழிகளுக்கிடையில் இடம், இயக்கம் சார்ந்த வேறுபாடுகள் இருந்தன".

1950–ம் ஆண்டு மைசூர் பல்கலைக்கழகத்திலிருந்து முதுகலை ஆங்கிலத் துறையில் பட்டம் பெற்ற அவர், குயிலான் (இன்றைய கேரள மாநிலத்தில் உள்ள கொல்லம்), மதுரை தியாகராசர் கல்லூரி, பெல்காம், பரோடா மகாராஜா சாயாஜிராவ் பல்கலைக்கழகம் ஆகியவற்றில் 1950 முதல் 1958 வரை ஆங்கிலத் துறைப் பேராசிரியராகப் பணியாற்றினார்.

அது நாடு சுதந்திரம் பெற்ற சமயம். அதற்குப் பின் வந்த தலைமுறையினருக்கு மரபார்ந்த வழக்குகளும் நவீன சிந்தனைகளும் பெரும் தாக்கத்தை ஏற்படுத்தியிருந்தன. ராமானுஜன் வீட்டிலிருந்து சில கிலோமீட்டர் தொலைவில்தான் பிரபல ஆங்கில எழுத்தாளர் ஆர்.கே.நாராயணன் இருந்தார்.

கோபாலகிருஷ்ண அடிகா, யு.ஆர்.அனந்தமூர்த்தி, கிரிஷ் கர்னாட், கீர்த்திநாத் குருட்டகோட்டி, பால்யா லங்கேஷ் என எழுத்து, நாடகம், பத்திரிகை எனப் பல துறைகளிலும் புதியவர்கள் வருவதற்கு மைசூர் ஒரு முக்கியமான தளமாக இருந்தது.

1947-ம் ஆண்டு, கன்னட வீரசைவக் கவிஞர்களின் படைப்புகள் ராமானுஜனுக்கு அறிமுகமாகின. அந்தப் படைப்புகள் இந்துமத பிராமண வழக்குகள், தத்துவங்களுக்கு எதிராக இருப்பதை அவர் அறிகிறார். தொடர்ந்து 1953-ம் ஆண்டு புதிய அலை கன்னடக் கவிஞர்களுடைய தொடர்பு அவருக்குக் கிடைக்கிறது. அவர்கள் கன்னட இலக்கியத்தின் பழமைவாதச் சிந்தனைகளை எதிர்ப்பவர்களாக இருந்தார்கள். இப்படிப் பல்வேறு கருத்தோட்டங்களுக்கு இடையில் பயணித்ததால்தான் ராமானுஜனை ஒரு ஒற்றைக் கருத்தியலுக்குள் சுருக்கிவிடாமல், பல்வேறு கருத்தாடல்களின் தொகுப்பாக அனந்தமூர்த்தி பார்த்தார்.

இந்தக் காலகட்டத்தில், அதாவது 1956-ம் ஆண்டு ராமானுஜனின் ஆங்கிலக் கவிதைகள் புகழ்பெற்ற 'இல்லஸ்ட்ரேட்டட் வீக்லி ஆஃப் இந்தியா' பத்திரிகையிலும், நாட்டுப்புறக் கதைகள் குறித்த கட்டுரைகள் 'சதர்ன் ஃபோக்லோர் குவார்ட்டர்லி' எனும் காலாண்டிதழிலும் வெளியாகத் தொடங்கின. எட்டு ஆண்டு ஆசிரிய வாழ்க்கை அவருக்கு ஒருவித சலிப்பை ஏற்படுத்தியது. எனவே பூனாவில் உள்ள டெக்கான் கல்லூரியில் மொழியியல் துறை கல்வி கற்கச் சேர்ந்தார். அந்தச் சமயத்தில், அதாவது 1959-ம் ஆண்டு ஃபுல்பிரைட் கல்வி உதவித்தொகை அவருக்குக் கிடைத்தது. அதன் மூலம் அமெரிக்காவின் இந்தியாயானா பல்கலைக்கழகத்தில் ஆங்கில மொழியியல் துறையில் முனைவர் பட்டம் பெற்றார்.

ஃபுல்பிரைட் உதவித்தொகை கிடைத்தவுடன் 1959-ம் ஆண்டு ஜூலை 1-ம் தேதி பம்பாயில் இருந்து 'ஸ்ட்ரேட்ஹேர்', எஸ்.எஸ்.குயின் எலிசபெத் ஆகிய கப்பல்கள் மூலம் நியூயார்க் நகரத்துக்கு ஜூலை 28-ம் தேதி வந்திறங்கினார். இந்த ஒரு மாத காலப் பயணத்தைத் தன் நாட்குறிப்பில் 'நோட்ஸ் டுவார்ட்ஸ் எ ஜர்னல்: தி ஜர்னி' எனும் தலைப்பில்

எழுதி வந்தார். பின்னாளில் அது ஒரு கட்டுரையாகத் தொகுக்கப்பட்டது. ஒரு பிராமணக் குடும்பத்திலிருந்து வந்த இந்திய மாணவன் அயல்நாட்டிற்கான தன் முதல்பயணத்தின் போது சந்திக்கும் அச்சங்கள், அனுபவங்கள், அதன் மூலம் அவன் கிடைக்கப்பெறும் வெளிச்சங்கள் குறித்து அந்தக் கட்டுரையிலிருந்து தெரிந்துகொள்ள முடிகிறது.

அமெரிக்கா அவருக்குப் புதிய திறப்புகளை அளிக்கிறது. 'எதிர்காலத்தைப் பற்றி சிறு வரலாறு ஒன்றை எப்போதும் எழுதிக்கொண்டிருப்பவர்கள்' என்று அமெரிக்கர்களைப் பார்த்து ஆச்சரியப்படுகிறார். இந்தியானா பல்கலைக்கழகத்தில் முனைவர் பட்ட ஆய்வை மேற்கொண்டிருக்கும்போது, சிகாகோ பல்கலைக்கழகத்தின் தெற்காசிய மொழிகள் துறையில் தமிழ் மொழியைக் கற்பிக்கும் துணைப் பேராசிரியராகப் பணியாற்ற அவருக்கு வாய்ப்புக் கிடைத்தது. பிறகு அதே பல்கலைக்கழகத்தின் மொழி, தமிழ் மற்றும் திராவிட ஆய்வுகள் துறையில் அவர் உதவிப் பேராசிரியராகப் பணியில் அமர்ந்தார். அந்தச் சமயத்தில் மோல்லி டேனியல்ஸ் என்பவரை மணம் முடித்தார்.

தனது அமெரிக்கப் பயணத்தைப் பற்றிக் குறிப்பிடும்போது, 'மொழியியல்தான் என்னை அமெரிக்காவுக்கு அழைத்துச் சென்றது என்றாலும், ஆரம்பகாலத்தில் தமிழ் மற்றும் கன்னட மொழிகளின் மீதிருந்த ஈடுபாடுதான் என்னை அங்கே நிரந்தரமாகத் தங்க வைத்தன. எனினும் நான் அவ்வப்போது இந்தியாவுக்கு வந்து சென்றேன்' என்றார். ஒரு கலைஞராகவும் கல்வியாளராகவும் இந்தியாவுக்கும் அமெரிக்காவுக்கும் இடையில் ஒரு 'ஹைஃபென்' (ஆங்கிலத்தில் இரண்டு சொற்களை இணைக்கும் ஓர் இடைக்கோடு) ஆகவே தன்னை அவர் கருதிக்கொண்டார்.

1962-ம் ஆண்டு சிகாகோ பல்கலைக்கழக நூலகத்தில் இருந்த 'தமிழ்த் தாத்தா' உ.வே.சாமிநாதையரின் தமிழ்ச் சங்கக் கவிதைகள் பற்றிய தொகுப்பு ஒன்று கிடைக்கிறது. அது அவரது கல்வி மற்றும் கவிதைப்புலப் பயணத்தில் மிக முக்கியமான திருப்புமுனையாக அமைந்தது. அவர் எவ்வளவுக்கு எவ்வளவு சங்கப் புலவர்களின் படைப்புகளில்

ஆழ்ந்து கிடந்தாரோ அவ்வளவுக்கு அவ்வளவு மொழிபெயர்ப்பு என்பது அவரது வாழ்க்கை முறையாக மாறிப்போனது. அதன் காரணமாக 1967-ம் ஆண்டு 'தி இன்டீரியர் லேண்ட்ஸ்கேப்' எனும் மொழிபெயர்ப்பு நூல் ஒன்றை வெளியிட்டார். சங்கக் கவிதைகளின் முதல் ஆங்கிலப் பெயர்ப்பு நூலாக அது இன்று வரையிலும் திகழ்கிறது. அந்த மொழிபெயர்ப்பு, நிஸ்ஸிம் எசிகில், ஆர். பார்த்தசாரதி, அடில் ஜுஸ்ஸாவாலா போன்ற இதர இந்திய ஆங்கிலக் கவிஞர்களைத் தங்களின் தாய்மொழி யிலிருக்கும் படைப்புகளை ஆங்கிலத்துக்கு எடுத்துச் செல்ல ஊக்கப்படுத்தியது. இந்த மொழியாக்க நூல் வெளியாவதற்கு முந்தைய ஆண்டுதான் அவரது முதல் ஆங்கிலக் கவிதைத் தொகுப்பு 'தி ஸ்ட்ரைடர்ஸ்' 1966-ல் வெளியானது.

இந்த முன்னேற்றங்களின் காரணமாக 1968-ம் ஆண்டு அவர் பேராசிரியராகப் பணி உயர்த்தப்பட்டார். சிகாகோ பல்கலைக்கழகத்தில் தனது பல்வேறு கல்விப்புல, நிர்வாகப் பணிகளுக்கு இடையில் மொழிபெயர்ப்பு, நாட்டுப்புற ஆய்வு உள்ளிட்ட அவரது பன்மைத்துவத் திறன்கள் வெளிப்பட்டது குறித்து அவர் இவ்வாறு கூறுகிறார்: "என் இளமைக்காலத்தில் நான் ஈடுபட்ட சில இதர விஷயங்களை உயிர்ப்புடன் வைத்திருந்தது அதிர்ஷ்டவசமானது. காரணம், அந்த இதர திறன்களை முறையாக அங்கீகரிக்கும் இடத்துக்கு நான் இன்று வந்து சேர்ந்திருக்கிறேன். நல்லவேளை அந்த இதர திறன்கள், எனது துறைக்கு வெளியேயான பொழுதுபோக்கு அம்சங்களாக இல்லாமல் இருந்தன".

70-களில் அமெரிக்காவில் இருந்த கலைஞர்கள், எழுத்தாளர்கள், உளவியலாளர்கள் மத்தியில் தென்பட்ட ஒரு பரிசோதனை முயற்சிக்குத் தன்னையும் ஈடுபடுத்திக்கொண்டார் ராமானுஜன். அது வேறொன்றுமல்ல, 'மெஸ்கலின்' எனும் போதை வஸ்துவை உட்கொள்வதுதான். 1954-ல் அதனை உட்கொண்டு அதன் மூலம் தனக்குக் கிடைத்த அனுபவங்களை 'தி டோர்ஸ் ஆஃப் பெர்சப்ஷன்' எனும் தலைப்பில் ஆல்டஸ் ஹக்ஸ்லி புத்தகமாக எழுதியிருந்தார். அதன் பாதிப்பில் பல்துறை வித்தகர்களும் அந்தப் பரிசோதனைக்குத் தங்களை உட்படுத்திக் கொண்டார்கள். அதில் ராமானுஜனும் ஒருவர். அந்தப் பரிசோதனையில் அவர் ஈடுபட்டிருந்தபோது தனக்கு

உதித்த சிந்தனைகளை, கவித்துவத் தெறிப்புகளை 'சோமா' என்ற தலைப்பில் கவிதைத் தொகுப்பாகக் கொண்டு வர நினைத்திருந்தார். ஆனால் பின்னாளில் அந்தக் கவிதைகள் மீது அவருக்கே சந்தேகம் வந்ததால், அந்தத் திட்டத்தைக் கைவிட்டார்.

1971–ல் அவரது இரண்டாவது ஆங்கிலக் கவிதைகள் தொகுப்பு 'ரிலேஷன்ஸ்' வெளியானது. அதே ஆண்டில் அவருக்கு விவாகரத்தானது. அதனால் ஏற்பட்ட மன உளைச்சல் கூட, இத்தகைய பரிசோதனையை அவர் மேற்கொண்டதற்குக் காரணமாக இருந்திருக்கலாம். அந்த மன உளைச்சலில் இருந்து விடுபட, தென்னிந்திய ஆன்மிக மரபு குறித்து அவர் ஆராயத் தொடங்கினார். அதன் விளைவாக, கன்னட மற்றும் தமிழ் மொழிகளில் உள்ள கவிதைகள் சிலவற்றை மொழிபெயர்த்து இரண்டு தொகுப்புகள் கொண்டு வந்தார். 1973–ம் ஆண்டு வெளியான 'ஸ்பீக்கிங் ஆஃப் சிவா' எனும் தொகுப்பு கன்னட வீரசைவக் கவிஞர்களின் படைப்புகளையும், 1976–ம் ஆண்டு வெளியான 'ஹிம்ஸ் ஃபார் தி ட்ரௌனிங்' எனும் தொகுப்பு நம்மாழ்வாரின் திருவாய்மொழியையும் மொழிபெயர்ப்பாகக் கொண்ட படைப்புகளாகத் திகழ்கின்றன.

இந்தக் காலகட்டத்தில் இராமாயணம் குறித்து அவர் பதிவு செய்த ஒரு கருத்து கவனிக்கத்தக்கது. மிக முக்கியமான முடிவுகளை எடுக்கும்போது எப்படி கிறிஸ்த்துவர்கள் ஒரு குழந்தையின் கையில் பைபிளைக் கொடுத்து வசனங்களைத் தேர்வு செய்யச் சொல்கிறார்களோ அதுபோல இந்துக்களிடையே இராமாயணத்தைக் கொடுத்து 'பல ஸ்மிருதி'களை (நற்பயன்களை வேண்டி ஓதப்படும் மந்திரங்கள்) தேர்வு செய்து பாடச் சொல்வது வழக்கத்தில் உள்ளது. இராமாயணத்தைப் படிப்பது நன்மை பயப்பதாகவும் மகாபாரதத்தைப் படிப்பது தீமை புரிவதாகவும் ஒரு நம்பிக்கை இந்தியர்களிடையே உள்ளது என்று அவர் குறிப்பிடுகிறார்.

1974–ம் ஆண்டு அவரது மனைவியுடன் மீண்டும் இணைந்து இல்வாழ்க்கையைத் தொடங்கினார். 1976–ம் ஆண்டு அனந்தமூர்த்தியின் 'சம்ஸ்காரா'வை ஆங்கிலத்தில் மொழிபெயர்த்தார். இதே காலகட்டத்தில் 'மத்தோபன

ஆத்மசரித்ரே' எனும் தலைப்பில் கன்னடத்தில் குறுநாவல் ஒன்றையும் எழுதி முடித்தார். தொடர்ந்து 1985-ல் சங்கக் கவிதைகள் சிலவற்றை மொழிபெயர்த்து 'போயம்ஸ் ஆஃப் லவ் அண்ட் வார்' என்ற தலைப்பிலும், 1986-ல் 'செகண்ட் சைட்' எனும் மூன்றாவது ஆங்கிலக் கவிதைத் தொகுப்பும், 1990-ல் 'குந்தோபில்' எனும் கன்னடக் கவிதைத் தொகுப்பும், 1991-ல் 'ஃபோக்டேல்ஸ் ஃப்ரம் இந்தியா' என்ற நாட்டுப்புறக் கதைகள் பற்றிய புத்தகத்தையும் ராமானுஜன் கொண்டுவந்தார். அவருடைய இலக்கியப் பங்களிப்புக்காக 1983-ம் ஆண்டு கர்நாடக சாகித்ய அகாடெமியின் விருது கிடைத்தது. கல்விப்புலம் சார்ந்து அவருக்குப் பல நிதிநல்கைகளும், பிற பல்கலைக்கழகங்களுக்குச் சென்று உரையாற்றும் வாய்ப்புகளும் அவரைத் தேடி வந்தன.

1988-ம் ஆண்டு மீண்டும் மோல்லி டேனியல்ஸுடன் அவருக்கு விவாகரத்தானது. அதனால் ஏற்பட்ட துன்பத்திலிருந்து தப்பிக்க ஒளிப்படம், ஓவியம் ஆகிய கலைகளைக் கற்றுக்கொள்ளும் முயற்சியில் ஈடுபட்டார். 1993-ம் ஆண்டு தனது முதுகுத் தண்டுவடத்தில் ஏற்பட்ட சிறு கட்டி ஒன்றின் காரணமாக, அவரது கால்களில் பெரும் வலி ஏற்பட்டது. அந்த வலி, அந்த ஆண்டு ஜூலை மாதம் 13-ம் தேதி அவரது இயக்கத்தை நிறுத்தியது.

அவரது மரணத்துக்குப் பிறகு வெளியிடப்பட்ட அவரது சில கவிதைகள், 1988 முதல் 1993-க்கு இடைப்பட்ட காலத்தில் எழுதியவை. அந்தச் சமயத்தில்தான் 'கவிதை என்பது நாம் எழுதுவது அல்ல. அது நிகழ்வது. எழுதுவதும் திருத்துவதும் ஒரே நடைமுறையின் வேறு வேறு பகுதிகள். அதுபோலவே படைப்பதும், அந்தப் படைப்பின் மீது நாம் செய்யும் சுய விமர்சனமும் ஒன்றுக்கொன்று எதிரானவை அல்ல. நீங்கள் சிந்திப்பதெல்லாம் பதிப்பிப்பதற்கு உகந்ததாக இல்லாமல் இருக்கலாம். ஆனால் நிச்சயமாக எழுதுவதற்கு உகந்தது. எழுதும் பயிற்சிதான் நாளை ஒரு சிறந்த கவிதையைப் படைப்பதற்கும், அந்தக் கவிதைக்கான அங்கீகாரத்துக்கும் நம்மை இட்டுச் செல்லும்' என்ற சிந்தனையை அவர் முன்வைத்தார்.

'ஒருவர் கடந்த கால படைப்பு ஒன்றை மொழி பெயர்க்கும்போது அது நிகழ்காலப் படைப்பாகிறது.

தமிழில்: ந.வினோத் குமார்

அதன் மூலம் கடந்த கால அரசியல் நிகழ்காலத்துக்குக் கடத்தப்படுகிறது. இன்று மொழிபெயர்க்கப்படும் சில கவிதைகளை ஒரு இருபதாண்டுகள் கழித்து மேலே சொன்ன 'அரசியலைக் கடத்துவது' என்ற காரணத்துக்காக மீண்டும் புதிதாக மொழிபெயர்க்கப்பட வேண்டும். இவ்வாறு ஒவ்வொரு படைப்பும் ஒவ்வொரு தலைமுறைக்கேற்றவாறு புதிதாக மொழிபெயர்க்கப்படுவது அந்தந்த காலகட்டத்துக்கான அரசியலுக்கு மிகவும் அவசியமானது' என்கிறார் ராமானுஜன். அவ்வாறே, அயோத்தியை வைத்து அரசியல் செய்யப்படும் இந்தக் காலத்துக்கு ராமானுஜனின் 'முந்நூறு இராமாயணங்கள்' கட்டுரை மொழிபெயர்க்கப்படுவது முக்கியமாகிறது.

ஆதாரங்கள்

1. 1) 'ஜர்னிஸ்: எ பொயெட்ஸ் டயரி' – கிருஷ்ண ராமானுஜன், கியெய்ர்மோ ரோத்ரிகேஸ்

2. 2) டெக்கன் ஹெரால்ட் இணைய தளம்

❑